बांधवगडचा शिकारी

दिलीपराज प्रकाशनाची सर्व पुस्तके आता आपण Online खरेदी करू शकता. आमच्या website ला कृपया अवश्य भेट द्या.
www.diliprajprakashan.in

बांधवगडचा शिकारी

प्र. सु. हिरुरकर

दिलीपराज प्रकाशन प्रा. लि.

२५१ क, शनिवार पेठ, पुणे - ४११ ०३०

प्रकाशक
राजीव दत्तात्रय बर्वे
मॅनेजिंग डायरेक्टर,
दिलीपराज प्रकाशन प्रा. लि.
२५१ क, शनिवार पेठ,
पुणे - ४११०३०

© प्रकाशकाधिन

लेखक - प्र. सु. हिरुरकर
रानभूल, गल्ली क्र. ४ जवाहन नगर,
अमरावती - ४४४ ६०४
मो. ९८२२६३९७९८

प्रथमावृत्ती - २६ जानेवारी २०१३

प्रकाशन क्रमांक - १९८४

ISBN - 978 - 81 - 7294 - 979 - 2

टाईपसेटिंग
पितृछाया मुद्रणालय,
९०९, रविवार पेठ,
पुणे - ४११ ०२

मुद्रक
Repro India Ltd, Mumbai.

मुखपृष्ठ - कैवल्य राम मशिदकर

बांधवगडचा शिकारी / Bandhavgadcha Shikari

आपलं अख्खं आयुष्य पक्षी-निरीक्षणात घालवणारे जागतिक पक्षितज्ज्ञ कै. डॉ. सलीम अली; आपल्या अरण्यलेखनाने, रेखाचित्रांनी वाचकांना जंगलाचं वेड लावणारे कै. व्यंकटेश माडगूळकर तसेच वाघासहित सर्व वन्यजिवांवर प्रेम करणाऱ्या असंख्य निसर्गसख्यांना प्रेमादरपूर्वक अर्पण.......

लेखकाचे मनोगत...

मला जंगलाचं आणि त्यातील वन्यजिवांचं कुतूहल वाटू लागलं ते वयाच्या तिसऱ्या-चवथ्या वर्षीच. तेही वडिलांमुळे. त्यानंतर बालसख्यांसोबत रानावनात भटकण्याची सवय लहानपणीच लागली. त्यावर लिहिता झालो ते वयाच्या वीस-बावीसाव्या वर्षी. गवताच्या पात्यावरील दवबिंदूसारखं अरण्यलेखन आणि रानवाटेवरील पशुपक्ष्यांच्या पाऊल-खुणांप्रमाणे रेखाचित्र काढणारे कै. व्यंकटेश माडगूळकर, दुर्गा भागवत आणि वाचकांना जणू आपण त्यांच्याबरोबर जंगलातच फिरत आहोत याची अनुभूती देणारे अरण्यव्रती आदरणीय मारुती चितमपल्ली यांच्या वनविषयक साहित्याचं वाचनवेड मला त्या वेळी लागलं होतं. एके काळी या महर्षींच्या ग्रंथवाचनानं मी जणू झपाटला गेलो होतो. त्यानंतर हळूहळू राज्यातील प्रमुख वृत्तपत्रांत माझं अरण्यलेखन प्रकाशितही होऊ लागलं होतं. आज मला या वृत्तपत्रांच्या सहकार्यामुळेच आणि असंख्य निसर्गसख्यांमुळे अरण्यलेखक म्हणून नाव मिळालं, हे मी नम्रपणे सांगू इच्छितो. अरण्यभटकंतीचा आणि लेखनाचा छंद आज वयाच्या पन्नासाव्या वर्षीही तसाच कायम आहे. त्यातून 'अरण्यओढ', 'भुलनवेल' आणि 'पक्षीमेळा' ही माझी तीन पुस्तके वाचकांपर्यंत पोचवू शकलो. वाचकांच्या अमाप प्रतिसादामुळे मला सतत प्रेरणा मिळाली आणि आज 'बांधवगडचा शिकारी' हे चवथे पुस्तकही निसर्गवाचकांच्या हाती देताना मला अत्यानंद होत आहे. माझा हा जंगलभटकंती आणि लेखनाचा प्रवास जीवनाच्या अखेरच्या श्वासापर्यंत सुरूच राहणार आहे. नोकरी आणि कुटुंब सांभाळून मी हा छंद जोपासत आलो आहे, तेही एक विद्यार्थी बनूनच.

मला जंगलाचा मोह नाही; पण ओढ आहे. ही ओढच माझ्या पावलांना रानावनाची माहेरओढ देत असते. वन, वन्यजीवन आणि पर्यावरण यांविषयी जनमानसाला लळा लागावा हा माझ्या अरण्यलेखनाचा प्रमुख हेतू आहे. जनजागृतीचे माझे हे व्रत जीवनाच्या अंतिम चरणापर्यंत सुरूच राहणार आहे, यात तीळमात्र शंका नाही.

'निसर्ग' हा एक महाग्रंथ आहे. तो वाचावयास सबंध आयुष्यही अपुरं

पडतं. अरण्यवाचनाची एक लिपी आहे. जंगलात रानवाटेवरून भटकताना त्यावर पशुपक्ष्यांच्या पावलांचे ठसे आढळतात. हे पाऊलठसे म्हणजे या ग्रंथाच्या पानापानांवरील अक्षरं आहेत. ती वाचत वाचत त्यांचा मागोवा घेत घेत निरीक्षणं करावी लागतात. जंगलात अशा लिपीचे वाचन करून रानवाचन केले जाते. अरण्यातील रानवाटांवरच्या वन्यजिवांच्या या पाऊलठशांनाच अरण्यलिपी असं म्हणतात. आणि त्यातूनच मग सजीव सृष्टीची अनेक रहस्यं उलगडली जातात.

'वाघ' हा पृथ्वीतलावरील सर्वांत कुशल शिकारी आहे. निसर्गाच्या अन्नसाखळीत त्याचं प्रमुख स्थान आहे. जंगलाचा, पर्यावरणाचा समतोल राखण्याचे महत्त्वपूर्ण काम तो करत असतो. राजस्थानच्या वाळवंटी उन्हाळ्यापासून, सुंदरबनसारख्या दलदलीच्या प्रदेशात आणि हिमालयातील थंड वातावरणापासून ईशान्येकडच्या पावसाळी जंगलात सहजपणे राहणारा हा राजबिंडा प्राणी. शिकारी प्राण्यांच्या जंगलात दोन कुळे आहेत. त्यांपैकी वाघ हा मार्जारकुळातील आहे. त्याची प्रमाणबद्ध देहयष्टी, अंधारातही पाहू शकणारे डोळे, आवाज न करता फिरण्यासाठी पंज्यांना मऊ गाद्या आणि उच्च श्रवणक्षमता. यशस्वी शिकारी होण्यासाठी आवश्यक असलेले सर्व गुण या राजबिंड्या प्राण्यात आहेत. पण तरीही अन्नासाठी त्याला खूप कष्ट करावे लागतात. स्वजातीयांपासून स्वत:ला वाचवावे लागते. स्वत:ची सीमा निश्चित करावी लागते. या सगळ्यांतून तावूनसुलाखून निघाल्यावरच वाघाला रुबाब गाजवता येतो.

जंगलातील शाकाहारी प्राण्यांवर नियंत्रण ठेवणे ही या वाघाची प्रमुख भूमिका आहे. सूक्ष्म कीटकांपासून वाघापर्यंत सर्वांची निसर्गाच्या साखळीतील एक विशिष्ट भूमिका असते. या साखळीतील एक दुवा जरी निखळला, तरी कालांतराने त्याचे परिणाम दिसून येतात. वाघ असलेले अरण्य महणजे परिपूर्ण नैसर्गिक परिसंस्था होय. वाघ असणाऱ्या जंगलांपासून माणूसही दूर राहण्याचा प्रयत्न करतो आणि यामुळे साहजिकच निसर्गसंपत्तीचे रक्षण होते. अशी दुहेरी जबाबदारी वाघ पार पाडत असतो. मात्र चिनी ग्राहकांना जंगलातील वाघ जास्त पसंत असल्यामुळे आज भारतीय वाघांचे अस्तित्व धोक्यात आले आहे.

२००१-०२ मध्ये जगात अवघे तीन हजार ६४८ वाघ होते. भारतात २००६ मध्ये वाघांची संख्या १४११ होती. २०१० मध्ये झालेल्या व्याघ्र-सर्वेक्षणात आणि नुकत्याच घोषित झालेल्या आकडेवारीत ही संख्या १७०६ एवढी झाली आहे. म्हणजे चार वर्षांत वाघांच्या संख्येत बारा टक्के वाढ झाली

आहे. गंगेचा मैदानी प्रदेश, पश्चिम घाट, ब्रह्मपुत्रेचा मैदानी प्रदेश आणि ईशान्य भारतात प्रामुख्याने वाघांच्या संख्येत वाढ झाली आहे. यामध्ये कर्नाटक-३००, उत्तराखंड-२२७, उत्तरप्रदेश-११८, मध्यप्रदेश-२५७, तामिळनाडू-१६३, आसाम-१४३, महाराष्ट्र-१६९ इत्यादींचा समावेश आहे.

भारतात आज एकूण ३९ व्याघ्रप्रकल्प ३६,६२० चौ.कि.मी. क्षेत्रात वसलेले आहेत. त्यात १७०६ वाघ असून जगात असलेल्या वाघांच्या ६० टक्के व्याघ्र एकट्या आपल्या देशात आहेत. यात शिवालिक टेकड्या व गंगेच्या मैदानी प्रदेशात म्हणजेच उत्तराखंड, उत्तर प्रदेश, बिहार या प्रदेशांत २००६ मध्ये २९७ वाघ होते. त्यात वाढ होऊन आज त्यांची संख्या ३५३ झाली आहे. पश्चिम घाटात २००६ मध्ये ४१२ वाघ होते ते आज ५३४ झाले आहेत. यामध्ये कर्नाटक, केरळ, तामिळनाडू या राज्यांचा समावेश आहे. मध्य भारत आणि पूर्व घाटात २००६ मध्ये ६०२ वाघ होते. तर आज त्यांची संख्या ६०१ झाली आहे. यामध्ये आंध्र प्रदेश, छत्तीसगड, मध्यप्रदेश, महाराष्ट्र, ओरिसा, राजस्थान आणि झारखंड या राज्यांचा समावेश आहे. तर ईशान्य भाग आणि ब्रह्मपुत्रा पठार या भागात २००६ मध्ये १०० वाघ होते. ते आज १४८ एवढे झाले आहेत. यामध्ये आसाम, अरुणाचल प्रदेश, मिझोराम, पश्चिम बंगालचा उत्तर भाग या प्रदेशांचा समावेश असून सुंदरबनमध्ये ७० वाघ आहेत. असे एकूण भारतात आज १७०६ वाघ शिल्लक आहेत. याकरिता पाणवठ्यांवर कॅमेरे बसवून छायाचित्रे घेणे, पंजांच्या ठशांची पद्धत, रेडिओ कॉलर आणि उपग्रह मॅपिंग इ. पद्धतींचा वापर करण्यात येतो.

भारताचा राष्ट्रीय प्राणी असलेल्या वाघांच्या संरक्षणासाठी देशातील ३९ व्याघ्रप्रकल्प हे भारताच्या एकतृतीयांश हाय फॉरेस्ट डेन्सिटीचे प्रतिनिधित्व करतात. यामधून जवळपास ३६० नदूयांचा उगम होतो. निसर्गातील अन्नसाखळीत वाघाला महत्त्वाचे स्थान असून निसर्गाचा समतोल राखण्याचे काम तो करतो. मात्र एवढे आशादायक चित्र असूनही काही बाबी गंभीर आहेत. त्यामध्ये वाघांसाठी असलेला भाग ९३,६०० चौ.कि.मी. वरून ७२,८०० चौ.कि.मी. एवढा झाला आहे. वाघांसाठी संरक्षित भाग आणि संचार मार्गाच्या (कॉरिडॉर्स) भागात घट झाली असून सुंदरबनसारख्या प्रदेशात वाघांच्या वाढत्या संख्येला पुरेसे खादूय मिळत नाही. या बाबींचा अतिशय गंभीरतेने विचार करण्याची गरज आहे. वाघांसाठी असलेल्या संरक्षित जागेपलीकडे असणाऱ्या वाघांसाठी आपल्याकडे कोणतीही

स्ट्रॅटेजी नाही. त्यांच्या संरक्षणासाठी आपण जंगलविषयक आणि कॉरिडॉरसंदर्भात चांगले व्यवस्थापन करायला हवे. वाघांची संख्या वाढल्याचे समाधान निश्चित आहे; पण त्याचबरोबर येणारी आव्हाने अद्‌याप तशीच आहेत, याचा विचार करणे अत्यंत गरजेचे झाले आहे.

'बांधवगडचा शिकारी' या पुस्तकाच्या प्रथमप्रकरणात मध्यप्रदेशातील जगप्रसिद्ध बांधवगड अरण्यात पाच वाघांचं शिकारीवर तुटून पडलेलं कुटुंब आणि त्या जंगलात मुक्तपणे संचार करणाऱ्या पशुपक्ष्यांचं वर्णन आहे. 'अद्‌भुत शंखधारी गोगलगाय' या प्रकरणाची सुरुवातच माझ्या परसात झाली. तिच्या जीवनाविषयी वर्णन केले आहे. मध्यप्रदेशातील कान्हा हे भारतातील समृद्ध असे राष्ट्रीय उद्यान आहे. येथील व्याघ्रदर्शनाने मी भारावून गेलो. बाराशिंगा हे दुर्मीळ हरिणही मला येथेच पाहायला मिळाले. तेथील जीवसृष्टीचे वर्णन 'लँड ऑफ टायगर्स' या प्रकरणात आहे. केरळमधीलच वायनाड अभयारण्यात दुर्मीळ होत चाललेल्या शेकरूचा पाठलाग करायला मिळाला. त्याचं वर्णन 'वायनाड अभयारण्य आणि शेकरूचा पाठलाग' या प्रकरणात आहे.

सौंदर्य ही पक्ष्यांना मिळालेली निसर्गाची देणगी आहे. त्यातही नराचं सौंदर्य आश्चर्यचकित करणारं असतं. कारण चांगल्या नरापासून आपल्याला पिल्लं व्हावीत हा पक्षिमादीचा प्रयत्न असतो. हिरव्या रानाचं देणं, केकतपूरचा क्रौंच, दलदली ससाणा, महेंद्रीचा शिकारी, शेवतीचा राजहंस, मालखेडचा चैत्रसखा, मस्त्यससाणा, डोंगरी धनेश इ. प्रकरणांत पक्षिजीवनाविषयी वर्णन केलं आहे.

हंसदेवविरचित मृगपक्षिशास्त्र या सातशे वर्षांपूर्वीच्या ग्रंथात सांगितल्याप्रमाणे 'मनुष्य हा ईश्वराची सर्वोत्कृष्ट निर्मिती होय. त्यापाठोपाठ क्रम लागतो मुक्या बुद्धिवान प्राण्यांचा. त्यांचा द्वेष करणं म्हणजे जीवनातील एका फार मोठ्या आनंदाला पारखं होण्यासारखं आहे. म्हणूनच प्राणिमात्रांच्या जतन व संरक्षणासाठी आपण आपल्या कुवतीनुसार पुढं यायला हवं.'

वयाच्या ६४ व्या वर्षीही मॅकॅनिकल अभियांत्रिकी क्षेत्रात नवनवे संशोधन करून अभियांत्रिकीच्या तरुणाईला प्रेरणा आणि प्रोत्साहन देणारे आमच्या सहा निसर्गवेड्यांच्या चमूचे कर्णधार डॉ. व्ही. टी. इंगोले हे आहेत. वेळात वेळ काढून ते देशातील नवनवीन राष्ट्रीय उद्यानांच्या भ्रमंतीचे नियोजन यशस्वी करून दाखवतात. जवळपास ६५ वर्ष वयाचे श्री. पद्‌माकर लाड हे निवृत्त अभियंता असून उत्तम असे पक्षितज्ज्ञ आहेत. जंगलात इतिहासाच्या पाऊलखुणा शोधणारे

श्री. ज्ञानेश्वर दमाहे, साठ वर्षे वयाचे निवृत्त आरोग्य अधिकारी डॉ. मनोहर खोडे हे उत्तम असे निसर्गछायाचित्रकार आहेत. श्री. शिरीषकुमार पाटील हे निसर्गलेखक आहेत. या आमच्या चमूच्या सहवासातून नेहमीच वनविषयक ज्ञानात भर पडत असते. मी या चमूच्या ऋणातच राहू इच्छितो.

आई-वडिलांची प्रेरणा, पत्नी सौ. ज्योती, चि. रोहित आणि कु. पल्लवी या माझ्या कुटुंबातील सदस्यांमुळे मी 'बांधवगडचा शिकारी' या पुस्तकापर्यंत पोचू शकलो. माझ्या असंख्य मित्रांचे सहकार्य मला या कामात सतत मिळत आले आहे. सर्वांत महत्त्वाचे म्हणजे माझ्या खात्याचे वरिष्ठ अधिकारी माझे लेख राज्यातील वृत्तपत्रांत अथवा महान्यूजवर प्रकाशित झाल्याबरोबर माझे अभिनंदन करतात. यात प्रामुख्याने मा. श्री. भि. म. कौसल आणि मा. श्री. प्रल्हाद जाधव हे नेहमी मला प्रोत्साहित करत असतात. सोबत श्री. रणजित राजपूत, श्री. नितीन खंडारकर, छत्रपती धुमटकर, प्रतीक फुलाडी, शिवराय कुळकर्णी, सुनील देशमुख, इ. अनेक नावे आहेत. या सर्वांचा मी अत्यंत ऋणी आहे. या कामात मला ज्या ज्या ज्ञात-अज्ञात व्यक्तींनी सहकार्य केले त्या सर्वांचा मी ऋणी आहे. गेल्या दोन-अडीच दशकांपासून माझ्या अरण्यलेखनाला राज्यातील ज्या वृत्तपत्रांनी वेळोवेळी आपली अमूल्य जागा दिली असे दै. महाराष्ट्र टाइम्स, दै. लोकसत्ता, साप्ता. लोकप्रभा, साप्ता. सकाळ, दै. सकाळ, दै. तरुण भारत, दै. लोकशाही वार्ता, दै. लोकमत, दै. देशोन्नती, दै. जनमाध्यम, दै. हिंदुस्थान इ. वृत्तपत्रांचा मी शतशः ऋणी आहे. वनस्पती शास्त्रज्ञ डॉ. प्रभा भोगावकर, सहसचिव वने नितीन काकोडकर, माझा बालसखा आणि वनाधिकारी श्री. रविन्द्र वानखडे यांच्या मी ऋणातच राहू इच्छितो.

एक दिवस पुस्तक कोणत्या प्रकाशकाकडे पाठवावे या विचारात असताना मी आमच्या अमरावती येथील पॉप्युलर बुक डेपो (बजाज डिस्ट्रिब्यूटर्स) चे मालक मा. बाबूजी यांच्याकडे गेलो. गेल्या अनेक वर्षांपासून ते प्रकाशनाच्या व्यवसायात एक अत्यंत जुने जाणते व्यावसायिक म्हणून प्रसिद्ध आहेत. त्यांनी माझे मनापासून स्वागत केले. मी स्वतः तुमच्या अरण्यलेखनाचा गेल्या कित्येक वर्षांपासून वाचक आहे, असे त्यांनी मला सांगितले. तसेच वयोमानामुळे आता पुस्तकप्रकाशनाचे काम नुकतेच बंद केले असल्याचे त्यांनी सांगितले. इच्छा असूनही 'बांधवगडचा शिकारी' हे पुस्तक मी प्रकाशित करू शकत नाही, असे ते म्हणाले. क्षणभर थांबून त्यांनी लगेच पुणे येथील सुप्रसिद्ध प्रकाशक दिलीपराज

प्रकाशन प्रा. लि. चे श्री. राजीव बर्वे यांना दूरध्वनी केला. माझ्या पुस्तकाच्या विषयाबद्दल चर्चा केली. चर्चेनंतर पुस्तकासाठीची टंकलिखित प्रत मला पुणे येथे पाठवायला सांगितली. मी ती त्वरित दिलीपराज प्रकाशन यांच्याकडे पाठवून दिली. दोन महिन्यांच्या काळातच विचारविमर्श करून दिलीपराज प्रकाशनातर्फे मला 'बांधवगडचा शिकारी' हे पुस्तक प्रकाशित करण्यास होकार मिळाला. मला आनंद झाला. मात्र त्यात दोन वेगवेगळी पुस्तके होऊ शकतात, अशी सूचनाही त्यांनी केली. मलाही ही कल्पना आवडली. पशुपक्ष्यांविषयी लेख असणारे 'बांधवगडचा शिकारी' आणि निसर्गावर आधारित असलेले लेख 'रानवेड' या दुसऱ्या पुस्तकासाठी वेगवेगळे पाठविले. मी दिलीपराज प्रकाशनचा मनापासून ऋणी आहे. त्यासोबतच अमरावती येथील बजाज डिस्ट्रिब्यूटर्सचे आदरणीय बाबूजी यांच्या मी ऋणातच राहू इच्छितो.

जंगल भ्रमणासोबत अरण्यलेखन हा गेल्या पंचवीस वर्षांपासूनचा छंद आता छंद वाटत नसून मला ते एक जीवनकार्य वाटू लागलं आहे. आपण मानव-समाजाचा एक घटक आहोत, त्यापूर्वी निसर्गाचा घटक आहोत. रहिवासी आहोत. ज्याप्रमाणे वृक्षलता, हरिण, पक्षी आहेत. तसा मी कोणीतरी आहे, या सगळ्या व्यवस्थेचा मी एक अविभाज्य भाग आहे, याकडे जास्त भर देतो. मी निसर्गाशिवाय कोणी वेगळा नाही आणि त्यामुळे माझं अन् त्याचं नातं चटकन जमून जातं. मात्र एक विद्यार्थी बनूनच. कारण निसर्ग हा एक महाग्रंथ आहे. तो वाचावयाला आपलं आयुष्य अत्यंत कमी पडतं. मी जरी माणसांच्या गावात राहत असलो, तरी मनाने मात्र मी नेहमी जंगलातच असतो.

थोडक्यात सांगायचे म्हणजे वाघ आहे म्हणून जंगल आहे आणि जंगल आहे म्हणून वाघ आहे. आणि यांच्यामुळे मानवासहित संपूर्ण सजीवसृष्टी आहे. महाभारतात सांगितल्याप्रमाणे

न स्यात वनमृते व्याघ्रान् व्याघ्र नस्यूर्भद ते वनम्
वनं हि रक्ष्यते व्याघ्रौर्व्याघ्रान् रक्षति काननम्

वन आणि वन्यजिवांच्या संरक्षणासाठी झटणाऱ्या आणि निसर्गा-बद्दल कुतूहल बाळगणाऱ्या सर्व निसर्गसख्यांना 'बांधवगडचा शिकारी' हे पुस्तक मनापासून आवडेल या अपेक्षेसह.

धन्यवाद.

- प्र. सु. हिरुरकर

अनुक्रमणिका...

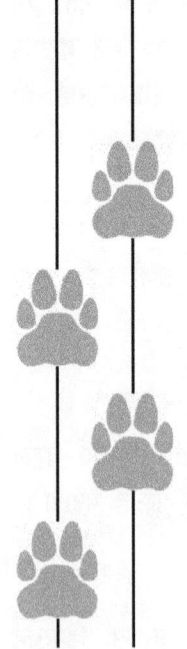

१.
बांधवगडचा शिकारी

अंधारछाया फाटू लागली होती. पलीकडची मोठमोठी झाडं कृष्णमेघासारखी दिसत होती. पूर्वेच्या नभामध्ये टपोरा निळा शुक्रतारा एकटाच उरला होता. तोही मंद होत चालला होता. काही वेळातच पूर्वदिशा तांबडं लेऊन हळुवारपणे उजळू लागली. हळूहळू वसंतपालवीतून पाखरांचं भल्या पहाटेचं गायन सुरू झालं आणि बांधवगडच्या राष्ट्रीय उद्यानाकडं जंगलसफारीसाठी जाणाऱ्या जिप्सी गाड्यांची रस्त्यांवर धावपळ सुरू झाली. जंगलपर्यटक आणि अभ्यासकांनी भरलेल्या गाड्या ताला गेटकडे धावू लागल्या. आम्हीही एका जिप्सीत बसून गेटकडे निघालो. तेथे पोचल्यावर पाहतो ते गेटजवळ तीस-चाळीस जिप्सी पर्यटकांनी भरून आधीच रांगेत लागल्या होत्या. परदेशी पर्यटकांची संख्या त्यांत जास्त दिसत होती. जंगल-सफारीचे सर्व सोपस्कार आटोपले. वाहनचालक आणि गाईडही आपआपल्या गाड्यांमध्ये येऊन पोचले. सर्वजण गेट उघडण्याची वाट पाहत होते. एवढ्यात रेंजरने गेट उघडण्याची सूचना केली आणि एकामागोमाग एक जिप्सी बांधवगडच्या जंगलात प्रवेश करती झाली.

रानवाटेच्या दोन्ही बाजूंनी गवती रमणे आणि दूरदूरपर्यंत पसरलेले हिरवेगर्द सालवृक्ष नजरेस पडत होते. चितळ, हरिण, सांबराचे कळप मनसोक्तपणे आपआपले पोट भरण्यात मग्न झाले होते. त्यांच्या मनात कुठलेही भय दिसत नव्हते. त्या गवती कुरणातून एक निर्झरही शांतपणे वाहत होता. चितळांच्या कळपात एक अनोखा पक्षीही आपले भल्या पहाटेचं भक्ष्य मिळविण्यात दंग झाला होता. त्याची उंची असावी अंदाजे साडेतीन-चार फूट. आकाराने तो गिधाडापेक्षाही थोडा मोठा

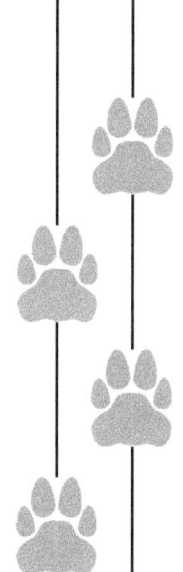

वाटत होता. रंगाने तो काळा, करडा व मातकट पांढरा होता. खालचा रंग पांढरा होता. त्याची मोठी व पिवळी चोच लक्ष वेधत होती. डोक्यावर टक्कल आणि मान उघडी होती. मात्र मानेवर केसांसारखी पिसे दिसत होती. गाडीतूनच मी त्याची छायाचित्रे घेतली. या पक्ष्याचे नाव आहे चंदन. (Lesser haircreasted Adjutant stork) हे पक्षी स्थानिक स्थलांतरित असून ते मोठ्या प्रमाणावर भटके असतात. बांगला देश, केरळ आणि श्रीलंका येथे नोव्हेंबर ते जानेवारी या काळात त्यांची वीण होते.

गार वारा सुटला होता. अंगात काहीशी हुडहुडी भरत होती. तळहात गारठले होते. उजवीकडचे क्षितिज पर्वताच्या डोक्यावर स्थिरावले होते. मोठमोठ्या आणि उंच अशा सालवृक्षांमध्ये बांधवगडचे अरण्य बाराही महिने हिरवेगर्द राहते. येथे ७० टक्के साल, २० टक्के बांबू आणि १० टक्के फळांची झाडे आहेत. त्यांत चारोळी, आंबा, टेंभुर्णी, वड, पिंपळ इ. वृक्ष असल्याने हे वन मिश्रवनांत मोडते. अशा वनात वन्यजिवांबरोबर द्विजगणांची संख्या भरपूर प्रमाणात असते. जंगलात पुढे काही अंतरावर रानवाटेवर चालकाने गाडी थांबविली. बाजूने साल–वृक्षाच्या एका वाळलेल्या आडव्या फांदीवर तुरेवाला हूमबाज गरूड शांतपणे बसला होता. केवळ डोकं आणि डोळ्यांची हालचाल करत तो त्या दिवसाचे पहिले भक्ष्य शोधत होता. त्या वेळी त्याच्या डोक्यावरचा सुंदर तुरा एखाद्या राजाच्या मुकुटावरील मोरपिसाप्रमाणे दिसत होता. गरूड हा पक्षी तसाही आकाशाचा शूर राजाच आहे. रंगाने तो वरून उदी, खालून पांढरा तर गळ्यावर लांबट काळ्या रेघा असणारा असतो. छातीवर कथ्या रंगाच्या रेघोट्या दिसत होत्या. त्याची लांबट शेपटी, पांढरे अंग, त्यावरील उदी रंगाचे ठिपके विशेष लक्ष वेधत होते. हा निवासी पक्षी असून तो दुर्मीळ आहे. समृद्ध वनामध्येच आढळतो. तो जंगलात एकट्यानेच राहतो. नर–मादी दिसायला सारखेच असून मादी नरापेक्षा थोडी मोठी असते. पानगळी आणि सदाहरितपर्णी वनात तो राहतो. (Creasted Hawk Eagle) रानकोंबडे, ससे व इतर लहान सस्तन प्राण्यांची शिकार करतो. कीऽ कीऽ कीऽ कीऽ की असा तो आवाज काढतो. डिसेंबर ते एप्रिल या पक्ष्यांचा विणीचा हंगाम असतो. मेळघाटातील कोरकू याला 'धुंड्रा' असे म्हणतात.

धनेश, पल्लवपुच्छ कोतवाल, सुतार, मुनिया, टोई, पोपट इ. पक्ष्यांचे थवे झाडाझाडांवरून उडान भरत होते. त्यांची भल्या पहाटेची लगीनघाई पाहण्याजोगी दिसत होती. डावीकडे विवरासारखं एक तळं लागलं. त्यातील पाणी पूर्णपणे

हिरवं दिसत होतं. भल्या पहाटे रानडुक्कर, सांबर, चितळ पाणी पिण्यासाठी त्या हिरव्या तळ्यावर उतरले होते. पुढे एके ठिकाणी लहानशा वाहत्या निर्झरावर दोन पोक्त सांबर नर ढाक व माद्यांसह मनसोक्त पाणी पीत होते. एक पाडसही सोबत होतं. पाणी प्यायल्यानंतर त्यातील एक नर मादीजवळ जाऊन तिच्या मूत्राचा गंध घेवू लागला. त्यानंतर जीभ नाकाला लावून मान आभाळाकडे नेत होता. सांबराचा हा काळ मिलनाचा असतो. त्या दृष्टीने त्याची हालचाल सुरू होती. त्यानंतर दोन्ही बाजूंनी असलेल्या हत्ती गवताच्या माळरानातून जाताना जिप्सीने एक वळण घेतले. गवतातून डावीकडे नाला वाहत होता. अचानक माझं लक्ष गेलं. नाल्याच्या पलीकडच्या काठावर जवळपास तीन-चार फुटांचा सर्पगरूड बसला होता. त्याची नजर एकसारखी पुढ्यातील एकट्याच भटकलेल्या हरिणाच्या पाडसावर दिसत होती. दोघांमध्ये अंदाजे शे-दीडशे फूट अंतर असावे. ते तीन फूट उंचीचे पाडसही त्या गरुडाकडे स्थितप्रज्ञासारखं एकाच ठिकाणी उभं राहून, कान टवकारून एकटक पाहत होतं. अशा पाडसांना गरूड आपले भक्ष्य करत असतो. दोघेही डोळ्यांनी एकमेकांना पाहत होते. शिकार आणि शिकारी दोघांनाही परिस्थितीची कल्पना आली. क्षणभरातच गरुडाने भक्ष्यावर झडप घेण्यासाठी आपले पंख उघडण्याची हालचाल सुरू केली आणि एवढ्यात जिप्सी एक वळण घेऊन पुढे निघाली. एका अविस्मरणीय घटनेचा साक्षीदार होण्याची माझी सुवर्णसंधी हुकली. कारण पुढे काही अंतरावर वाघ असल्याची बातमी जिप्सीचालकाला मिळाली होती.

हवेतील गारवाही काहीसा कमी झाला होता. कोवळी उन्हे आता बांधवगडच्या संपन्न अशा अरण्यावर उतरू लागली होती. वृक्षलता आणि बांबूच्या रांजीमधून जाणाऱ्या रानवाटेवर सूर्यकिरणांचे कवडसे उतरले होते. ते बांधवगडच्या जंगलाला अनामिक सौंदर्य प्रदान करीत होते. ते ओलांडून पार करत नाही तोच पुढे दूरवर दहा-बारा जिप्सी रानवाटेवर एकामागे एक उभ्या दिसल्या. त्यात पर्यटक आपआपल्या गाडीत बसून, उभे राहून अंगाच्या वेगवेगळ्या कसरती करून उजवीकडच्या बांबूच्या रांजीत डोळे फाडून पाहत होते. छायाचित्रे घेण्यासाठी सर्वांची धडपड सुरू होती. क्षणभरातच आमची जिप्सीही त्या कसरतीत सामील झाली आणि कॅमेरे ऑन करून गाडीतूनच छायाचित्र मिळविण्यासाठी आमच्याही कवायती सुरू झाल्या.

रानवाटेवरील आमच्या जिप्सीपासून उजवीकडे बांबूच्या बेटात रानसावल्या

पसरल्या होत्या. दोन-तीनशे फुटावर त्यात एका चितळ मादीची वाघांनी नुकतीच काही वेळापूर्वी शिकार केली होती. वाघाचं पाच सदस्याचं अख्खं कुटुंब अस्पष्टपणे येथे दिसत होतं. कदाचित पोटं भरल्याने तीन पूर्ण वयात आलेली अंदाजे तीन वर्षे वयाची पिल्लं शिकारीच्या अवतीभोवती सावलीमध्ये लोळत पडली होती. त्यांची आईही बाजूला बसली होती. याचा अर्थ पिल्लांचे पोट पूर्ण भरल्याने त्यांचा आराम सुरू झाला होता. मात्र त्या वाघांचा पिता शिकारीवर यथेच्छपणे ताव मारत होता. भल्या पहाटे चितळाच्या मादीची शिकार या व्याघ्रकुटुंबाने केली होती. हे सर्व दृश्य रानवाटेवरून जिप्सीतून काहीसे अस्पष्टपणेच आम्ही पाहत होतो. गाडीतूनच त्या दृश्याची छायाचित्रे घेण्याचा आटापिटाही सुरू होता. कारण गाडीच्या खाली उतरण्यास सक्तीची बंदी आहे. जंगल जंगलासारखे राखावयाचे असेल, तर अशी शिस्त असणेही तितकेच आवश्यक आहे.

बांधवगडच्या रानवाटेवर आता त्या ठिकाणी गाड्यांची संख्या वाढू लागली होती. एवढ्यात शिकारीच्या बाजूला बसलेली पिल्लांची आई उभी राहिली आणि रांजीच्या सावल्यांतून पुढे काहीशा अंतरावर पावलं टाकत गेली. काही वेळाने एकामागोमाग एक अशी दोन पिल्लेही तिच्याकडे निघाली. इकडे वनपरिक्षेत्र अधिकारी दाखल झाले आणि त्यांनी 'टायगर शो' चे आदेश दिले. जिप्सीतूनच मी डॉ. इंगोले, पद्माकर लाड, डॉ. खोडे, दमाहे आणि कुमार पाटील असा आमचा चमू आपआपले कॅमेरे सज्ज करून हत्तीवर चढलो. माहुताने हत्तीला उजवीकडून निघण्याच्या सूचना करत वळवले. मधे येणारे छोटे-मोठे वाळलेले बांबू, लहानसहान झाडे सोंडेने कडाडत मोडत हत्ती वाघापर्यंत पोचण्याचा मार्ग मोकळा करत होता. मी श्वास रोखून कॅमेरा हातात ऑन करून बसलो. काही क्षणांतच हत्ती तेथे पोचला आणि काय ते दृश्य! अहाहा..... रोमांचकारी! ते अद्‌भुत दृश्य पाहून अंगावरचे केस ताठ झाले. चितळाच्या पुढच्या दोन पायांपासून तोंडापर्यंत शिल्लक असलेल्या शिकारीवर एकटा त्या पिल्लांचा बाप व्याघ्रराज मांसाचे लचके तोडत होता. तिचे शिल्लक राहिलेले शरीर रक्ताने माखले होते. डोळे निस्तेज पडले होते. जीभ बाहेर आली होती. कधीकधी मांसाचे लचके तोडताना क्षणभर तो वाघ आमच्याकडेही निरखून पाहत होता. त्या वेळी त्याचा भयंकर जबडा आणि त्याच्या पिवळ्याधाऱ्या डोळ्यांची भेदक नजर थरकाप उडविणारी वाटत होती. कानाच्या टोकावर दोन गोलाकार काळी पांढरी वर्तुळे लक्ष वेधत होती. तोंड आणि मिशा रक्ताने माखल्या होत्या. चवदा वर्षे वयाच्या

त्या बी-टू नावाच्या तांबूस-पिवळ्या रंगाच्या वाघाच्या अंगावरचे काळे पट्टे त्याच्या बाणेदार सौंदर्यात भर घालीत होते. आम्ही मात्र या अद्‌भुत निसर्गदृश्याची छायाचित्र आपआपल्या कॅमेऱ्यात घेण्यासाठी तुटून पडलो होतो. अवघ्या तीन-चार मिनिटांतच माहुताने हत्तीला परतीची सूचना केली. मध्यप्रदेशातील संपन्न अशा बांधवगडच्या अरण्यात न भूतो न भविष्यती प्रकारचे अद्‌भुत दृश्य पाहून आम्हीही परत जिप्सीत येऊन पोचलो.

बांधवगडचे हे माय-बापासहित तीन पिल्लांचे व्याघ्रकुटुंब आहे. त्यांच्या पित्याचे नाव बी-टू असून त्याचे वय चवदा वर्षांचे आहे. आई जवळपास दहा वर्षांच्या आसपास आहे. पिल्लांची वाढ पूर्ण झाली असून मायबापापासून कायमचे वेगळे होण्याची वेळ त्यांच्यावर आली आहे. त्यांना दूर ठेवण्याचा आईचा प्रयत्न सुरू असल्याची माहिती मिळाली. यापुढे प्रत्येकाला आपआपले स्वतंत्र अस्तित्व निर्माण करावे लागणार होते. बांधवगडच्या पहाटेच्या जंगलसफरीत या शिकारस्थळी पोचण्यापूर्वी अंदाजे एक तास अगोदर या चितळ मादीची शिकार झाली असावी. शिकार केल्यानंतर त्यात दुसऱ्या कोणाचाही वाटा पडू नये म्हणून ती बांबूच्या रांजीत ओढत नेली होती. वाघाचा तो नैसर्गिक स्वभावच आहे. टायगर शो आटोपून आनंदात आम्ही पुढे निघालो. आमच्या चमूत चैतन्य पसरलं होतं.

काही अंतरावर नाल्याच्या इवल्याशा पुलावरून गाडी जाताना परत ड्रायव्हरने गाडी थांबविली. वाहत्या नाल्याच्या मध्यभागी आलेल्या एका वृक्षाच्या फांदीवर खंड्यासारखा एक पक्षी बसला होता. तो होता दुर्मीळ असा 'घोंगी खंड्या' (Brownheaded storkbilled kingfisher). खंड्याकुळातील हा सर्वांत मोठा पक्षी. लाल व खंजिरासारखी त्याची करकोच्यासारखी चोच हीच त्याला ओळखण्याची पहिली खूण. रंगाने तपकिरी डोके, वरून निळसर, खालून पिवळसर बदामी. नर-मादी दिसायला सारखेच असतात. के-के-के-के- असा तो आवाज काढतो. जानेवारी ते सप्टेंबर हा या पक्ष्यांचा विणीचा काळ असतो. मला हा घोंगी खंड्या प्रथमच पाहायला मिळाला होता.

सूर्य माथ्याकडे येऊ लागला होता. गारवाही कमी झाला होता. जंगल सफारीची काही मिनिटेच बाकी होती. सुंदर अशा पिवळसर-निळसर रंगरूपाच्या गंगामैनांचा थवा गवतामधून उडून पलीकडच्या वृक्षावर जाऊन बसला. एवढ्यात परत एका गवती माळरानात दोन-तीन मोठ्या वृक्षांवर गिधाडासारख्या पक्ष्यांचे थवे बसलेले आढळले. मला अत्यंत आनंद झाला. जवळ जाऊन पाहतो तो

होता लांब चोचीच्या गिधाडांचा थवा. महाराष्ट्रातून जवळपास नामशेष झालेला हा पक्षी येथे एवढ्या प्रमाणात दिसतो, यावरून बांधवगडच्या जंगलाची समृद्धी लक्षात येते. झाडावर बसलेल्या लांब चोचीच्या गिधाडाच्या थव्यात दोन-तीन काळ्या रंगाची, लाल डोक्याची गिधाडं दिसली. ते होते राजगिधाड king valture. आकाराने ते पिसारा नसलेल्या मोराएवढे दिसत होते. गडद तांबड्या रंगाचे डोके, मान व पाय यांमुळे ते विशेष लक्षात येत होते. भर पावसात जंगलात एखादा आदिवासी माणूस डोक्यावर घोंगडं घेऊन हातपाय चोरून बसावा, अशी या गिधाडाची बैठक दिसत होती. ही राजगिधाडं समृद्ध अरण्यातच आढळून येतात. हिमालयात दोन हजार मीटर उंचीपर्यंत ती दिसून येतात. डिसेंबर ते एप्रिल हा या गिधाडांचा विणीचा काळ असतो. मादी एकच पांढऱ्या रंगाचे अंडे देते. मेळघाटातील कोरकू याला 'घु घु' असे म्हणतात.

एके काळी राजसत्तेचा अंमल असणाऱ्या बांधवगडच्या किल्ल्यात आज जंगलाचा राजा वाघ मुक्त संचार करत आहे. त्याच्या सोबतीला जंगलाचे आणि पर्यावरणाचे स्वच्छक गिधाडसुद्धा आहे. ही बांधवगडच्या समृद्धतेची पावती होय. तीन पिल्लांची पूर्ण वाढ करणाऱ्या माय-बाप वाघाचं कुटुंब हे मध्यप्रदेशातील बांधवगड, राष्ट्रीय उद्यानातच पाहायला मिळते. ही संपूर्ण भारतीयांसाठी अत्यंत अभिमानाची बाब आहे.

पूर्व सातपुडा पर्वतरांगांच्या दऱ्याखोऱ्यांमध्ये बांधवगड राष्ट्रीय उद्यान आहे. मध्य भारतातील अनेक दंतकथा असलेले हे मध्यप्रदेशातील प्रमुख अरण्य आहे. काही काळापूर्वी येथे रेवाच्या महाराजांनी खाजगी शिकारीला मान्यता दिली होती. सर्वप्रथम १९६८ साली १०५ चौ.कि.मी. च्या बांधवगडला राष्ट्रीय उद्यान म्हणून मान्यता मिळाली. त्यानंतर १९८२ मध्ये त्याचा विस्तार होऊन ते ४४८ चौ.कि.मी. एवढे करण्यात आले. १९९३ मध्ये बांधवगड व्याघ्रप्रकल्प म्हणून घोषित करण्यात आले. येथील खडक हे सँडस्टोन असल्याने पावसाचे पाणी साठवण्याची त्यात क्षमता आहे. हळूहळू हे पाणी झिरपून पाण्याचा स्रोत कायम ठेवला जातो. चरणगंगा, डमनार, जानंद आणि उमरर ह्या नद्या बांधवगडच्या वनातील जैविक विविधतेला संपन्न करत असतात. हे उष्णकटिबंधीय दमट पानगळीचे जंगल असून साल हा या वनातील प्रमुख वृक्ष आहे. या प्रदेशावरून कर्कवृत्त जात असल्याने हा प्रदेश समशीतोष्ण राहतो. उन्हे फारशी जाणवत नाहीत. बांधवगडची गणना मिश्रवनात होते. पर्वतपायथ्याशी भरपूर गवती रमणे

आहेत. त्यामुळे तृणवर्गीय प्राण्यांची संख्या येथे अत्यंत चांगल्या अवस्थेत आहे. या अरण्यात ३५ प्रकारच्या सस्तन प्राण्यांच्या प्रजाती आहेत. त्यांत वाघ हा सर्वोच्च स्थळी असून त्यांची संख्या येथे सतत वाढत आहे.

बांधवगडच्या प्रदेशात दोन हजार वर्षांपूर्वीचा इतिहास आहे. येथील पर्वतावरील किल्ल्याने अनेक राजांच्या राजसत्ता पहिल्या असून त्यांच्या अनेक आख्यायिकाही आहेत. भगवान प्रभू रामचंद्राचा भाऊ लक्ष्मण याचे बांधवगड किल्ल्यावर सर्वप्रथम राज्य होते. त्यानेच हा किल्ला या पर्वतशिखरावर बांधला असल्याचे समजते. बांधवगड म्हणजे बंधूंचा किल्ला म्हणून याला बांधवगड असे संबोधले जाते. किल्ल्याच्या शिरावर सातमुखी फणा धारण केलेल्या विष्णूची मूर्तीही आहे. या पुरातन किल्ल्यावर आदिमानवाच्या ३२ गुहा असून काही गुहांमध्ये हजारो वर्षांपूर्वी त्यांनी काढलेली चित्रेही आहेत.

मध्य प्रदेश सरकारने राज्यातील जंगल आणि ऐतिहासिक किल्ले यांचे जतन आणि संरक्षण अतिशय चांगल्या पद्धतीने केले आहे. भारतीय पुरातत्त्वखात्याचे त्यांना भरपूर सहकार्य आहे. नुसते जतन आणि संरक्षण करून हे सरकार थांबले नाही; तर ही सर्व ऐतिहासिक ठिकाणे, राष्ट्रीय उद्याने, व्याघ्रप्रकल्प आणि अभयारण्यं पर्यटकांसाठी खुली केली आहेत. त्यासाठी व्यवस्थापनाने आवश्यक ते नियम केले असून आवश्यक ती शिस्तही ठेवली आहे. राजकीय इच्छाशक्ती आणि प्रशासनाचे अत्यंत चांगले व्यवस्थापन यामुळे मध्य प्रदेशात दररोज हजारो पर्यटक, अभ्यासक दिसून येतात. यांत परदेशी पर्यटकांची संख्याही फार मोठी आहे. हॉटेल, निवास-व्यवस्था, जिप्सी वाहने, गाईड इ. पर्यटनावर आधारित इतर उद्योग यांतून परिसरातील असंख्य लोकांना भरपूर रोजगार उपलब्ध झाला आहे. चांगल्या आर्थिक मिळकतीमुळे या उद्योगाला त्यांनी आपलं दैवत मानलं आहे. त्यातून फार मोठ्या प्रमाणावर महसूलही सरकारला मिळतो. त्यातून या स्थळांचा विकासही साधला जात आहे. ऐतिहासिक ठिकाणं आणि जंगल सफारीतून सर्वांत मोठा महसूल मिळवणारं मध्य प्रदेश हे भारतातील प्रमुख राज्य असावं.

वाघाच्या संपूर्ण कुटुंबाने केलेली शिकार पाहायला मिळाल्याने आमच्या अख्ख्या चमूमध्ये चैतन्य पसरलं होतं. जंगलात असं दृश्य पहायला मिळण्यासाठी महाभाग्य लागतं. ते मला मिळालं होतं. कारण वाघ हा जंगलाचा श्वास आहे. तो जेथे असेल ते जंगल जीव असलेल्या प्राण्यासारखं वाटतं. नाही तर महाराष्ट्रातील बहुतेक जंगलांत गुदमरायला लागतं.

पाण्याला रंग नाही, तरीसुद्धा पाणी हे जीवन आहे. हवा असते पण दिसत नाही. परंतु त्यावर संपूर्ण सजीव सृष्टी जिवंत आहे. तसंच जंगलाचंही आहे. वाघ आहे म्हणून जंगल आहे आणि जंगल आहे म्हणून वाघ आहे. या जंगलांवरच संपूर्ण सजीवसृष्टीचं, पृथ्वीचं भवितव्य अवलंबून आहे.

जंगल हा एक महाग्रंथ आहे. प्रत्येक अरण्य हे या महाग्रंथातील एक पान आहे. तो वाचता वाचता जो अनुभव आणि आनंद मिळतो, त्यातून आयुष्याचा सुखमय प्रवास आणखी सुखकर होत असतो. कारण अरण्ये ही तीर्थक्षेत्रे वाटू लागतात. मात्र त्यासाठी पंढरीच्या वारकऱ्याप्रमाणे रानकरी होऊन जंगलभ्रमण करावे लागते. त्यासाठी मात्र अरण्यवाचनाचं वेड असणं आवश्यक आहे. गेल्या जवळपास अडीच दशकांपासून मला हे वेड लागलं आहे. त्यातूनच निसर्गाची अनेक रहस्यं अनुभवायला मिळतात. 'बांधवगडचा शिकारी' हेसुद्धा त्यातील एक रहस्य आहे. नव्हे, तो या संपन्न अशा राष्ट्रीय उद्यानातील जिवंत देव आहे. त्याच्या रूपाची आणि दर्शनाची आस प्रत्येक वन्यजीव अभ्यासकाला लागलेली असते. कारण मीही त्याच वाटेवरचा एक रानकरी आहे.

-०-०-०-

२.

वाघ : जंगलाचा श्वास

जंगलावर नुकतीच वसंत ऋतूची छाया पसरली होती. वेळ असावी दुपारी तीन वाजताची. मेळघाटचं गर्भगृह कोकटूचं प्रवेशद्वाराच्या डावीकडचं हे अरण्य क्षेत्र. जिवाची काहिली करणारं ऊन अंगावर घेत गवती माळरान पायी तुडवीत टापऱ्या नाल्याकडे निघालो. टोंगळ्याएवढ्या वाळलेल्या गवतात रानवाट शोधणे अवघड जात होते. लहानलहान पाखरं गवताच्या ठोंबावर बसून त्यात बी शोधण्याचं काम करत होती. माझी पावलंही पुढे झपाझप पडत होती. जवळपास दोन किलोमीटरचे अंतर पार करून नाल्याच्या काठावर उंच जागी पोहचलो. तेथून नाल्यात उतरण्यासाठी मातीची घसरगुंडीसारखी पायवाट होती. क्षणभर श्वास घेतला. तोल सांभाळत खाली उतरलो. पाहतो तो काय आश्चर्य? अंगावर रोमांच उभे राहिले. तोंडातून शब्द फुटेना! नाल्यातील नैसर्गिक पाणवठ्यातून नुकतेच व्याघ्रराज निघाले होते. पाणी आणि चिखलाने पोटापासून मागील भाग भरला होता. स्वारी शाही थाटात पलीकडे निघाली होती. अवघे सात सेकंद जंगलाच्या राजाने दर्शन दिले होते. मी धन्य झालो होतो. वाघ ज्या दिशेने निघाला होता, त्या क्षेत्रात वन्यजिवांचे एकच आकांडतांडव चालले होते. वानरं त्यात आघाडीवर होते. झाडाच्या उंच फांदीवर बसून ते हॅको –हॅको करत होती. मोरही मियॉऊ मियॉऊ करत ओरडत जंगलातील वन्यजिवांना सावध करत होते. सांबरं, भेडकी सैरावैरा पळत होती. मला मात्र व्याघ्रराजाने आज कॅमेऱ्यालाही हात लावू दिला नव्हता. मात्र त्याच्या दर्शनाने मी तृप्त झालो होतो. तो रोमांचकारी क्षण माझ्या हृदयात अद्यापही जिवंत आहे.

वाघ हा पर्यावरणसाखळीतीतील एक प्रमुख घटक. जंगलाचा तो श्वास आहे. ज्या अरण्यामध्ये तृणभक्षी प्राणी आहेत तेथे हा श्वास काही प्रमाणात टिकून आहे. तृणवर्गीय वन्यजिवांना आवश्यक असतात गवताळ माळराने. मात्र अलीकडे महाराष्ट्रातच नव्हे तर संपूर्ण देशातील वाघांची अवस्था पाहता वाघ हा अखेरचा श्वास घेत असल्याचे दिसून येते. त्याच्या संरक्षण आणि संवर्धनासाठी देशात ३९ व्याघ्रप्रकल्प आहेत आणि शेकडो अभयारण्यं आहेत. असे असूनही हा राजबिंडा प्राणी, देशाचा मानबिंदू धोक्याच्या पातळीवर येऊन पोचला आहे, हे आपलं दुर्दैव. वाघांच्या संरक्षणाची अशीच दुरावस्था यापुढेही राहिली, तर जवळपास पन्नास वर्षांनंतर आपल्या देशातील वाघ पूर्णपणे संपून जातील. वाघ संपला की वन्यजीव आणि जंगलांचा ऱ्हास होण्यास काहीच वेळ लागणार नाही आणि मग फुकटात मिळणारा शुद्ध ऑक्सिजन आणि पाणी यांसाठी मानवास संघर्ष करावा लागेल. वाघ संपला की मानवाच्या विनाशाची सुरुवात झाली, असे समजा.

वाघाचा मिलनकाळ जवळपास मे-जून हा असतो. वाघिणीने झाडाझुडपांवर टाकलेल्या मूत्राच्या वासावरून नरवाघ तिचा शोध घेतो. त्यानंतर जवळपास एक आठवडाभर त्यांचे जुगणे चालते. या काळात त्यांना कशाचीच पर्वा नसते. त्यानंतर वाघीण नरापासून दूर होऊन एकांत ठिकाणी जाते. वाघिणीचा गर्भावस्थेचा काळ १४ आठवड्यांचा असतो. पिल्लं झाल्यानंतर त्यांनी स्वत:च दुधाची जागा शोधावी व दूध पिऊन सशक्त व्हावे, असा तिचा प्रयत्न असतो. नव्हे, निसर्गानेच ही व्यवस्था करून ठेवली आहे. जवळपास अडीच-तीन वर्षांनंतर पिल्लं वयात येतात व त्यानंतर ती आईपासून दूर होतात. आपले स्वत:चे स्वतंत्र साम्राज्य निर्माण करतात. साधारणत: पाचव्या वर्षानंतर ते संभोगसुक्त होतात.

वाघाचा पाठलाग व अभ्यास करण्यासाठी रानवाटेवरील त्याच्या पाऊलठशांचा उपयोग फार महत्त्वाचा आहे. नरवाघाचा पाऊलठसा मादीच्या ठशापेक्षा मोठा असतो. नराचा ठसा बोट व गादी या दोन्ही बाबतीत वेगळा असतो. त्याच्या पावलातील गादी जास्त पसरट असून ती पावलाच्या आतल्या बाजूला पसरलेली दिसते. नरवाघाची बोटं मादीच्या तुलनेत गोलाकार असतात. नराच्या पाऊलठशाला सरळ बाह्य रेषांनी जोडलं तर चौकोन तयार होतो. मादीच्या पावलांची गादी त्रिकोणी आकाराची असते. या गादीच्या खाली तीन उठाव स्पष्टपणे दिसतात. बोटं लांब व टोकावर निमूळती असतात. या पावलांच्या बाह्य

भागांना जोडलं तर आयताकार तयार होतो. वाघाचे एकूण आयुष्य १८ ते २० वर्षे एवढे असते. मादी आपल्या संपूर्ण आयुष्यात पाच ते सहा वेळ पिल्लं देते. वृद्धत्वाची लक्षणे दिसताच वाघ आपला परिसर सोडून बाहेरच्या जंगलाकडे वळतो आणि सहज साध्य होईल अशा प्राण्यांची किंवा गुराढोरांची शिकार करतो. अशा अवस्थेत तो मग पोट भरण्यासाठी माणसांवरही हल्ला करतो. तरुण वाघ बहुतेक माणसावर किंवा पाळीव गुरांवर हल्ला करत नाही. कारण माणूस हे काही वाघाचे नैसर्गिक खाद्य नाही.

वाघ डोळे खिळवून ठेवणारं अनोखं सौंदर्य. जंगलाचा श्वास! स्वास्थ्य पर्यावरणाचं प्रतीक. श्वास रोखून धरणारा दरारा. बघणाऱ्यांचं काही क्षणांपुरतं स्टॅच्यूत रूपांतर करणारी देहयष्टी. पुढ्यात आलेल्या प्राण्यांच्या काळजांचं पाणी-पाणी करणारी भेदक नजर. धाडस आणि शौर्याचं प्रतीक. आपल्याच रुबाबात चालण्याचं वैशिष्ट्य आणि अप्रतिम रंगसंगतीचा आविष्कार. त्यामुळेच अरण्याची सफर करणाऱ्यांना त्याच्या दर्शनाची आस असते. म्हणूनच असंख्य निसर्गप्रेमी मंडळी वाघ असणाऱ्या जंगलात जाण्यासाठी धडपडतात आणि जंगलाच्या या श्वासाला पाहून स्वत:चाच श्वास रोखून धरतात. वाघ हा समृद्ध पर्यावरणाचं प्रतीक आहे. मात्र वाघांच्या अतोनात शिकारी आणि वाघांचा ऱ्हास यामुळं जंगलाचा श्वास असलेला वाघ आज अखेरचा श्वास घेत आहे. याला जबाबदार कोण?

विसाव्या शतकाच्या सुरुवातीला भारतात जवळपास ४० हजार वाघ होते. मात्र १९७२ साली केलेल्या व्याघ्रगणनेत वाघांची संख्या अवघ्या १८७२ वर येऊन पोहचली. ही गंभीर बाब लक्षात घेऊन १९७२ साली भारतात वन्यजीव संरक्षण कायदा भारत सरकारने अस्तित्वात आणला. त्यानंतर १९७३ साली भारतात प्रथम नऊ व्याघ्रप्रकल्पांची निर्मिती करण्यात आली. यात मानस (आसाम), पलामऊ (बिहार), सिमलीपाल (ओरिसा), कार्बेट (उ. प्र.), कान्हा (मध्य प्रदेश), मेळघाट (महाराष्ट्र), बंदीपूर (कर्नाटक), रणथंबोर (राजस्थान) आणि पश्चिम बंगालमधील सुंदरबन यांचा समावेश आहे.

आज आपल्या देशात एकूण ३९ व्याघ्रप्रकल्प, ८९ राष्ट्रीय उद्याने, ८४९ अभयारण्यं आहेत. भारताच्या विपुल अशा ३७,७६१ चौरस किलोमीटरच्या समृद्ध वनांत ५५० प्रकारचे सस्तन प्राणी, तीस हजार कीटकांच्या, दोन हजार पक्ष्यांच्या तर पाचशे प्रजाती सरपटणाऱ्या प्राण्यांच्या आहेत. यात किंग कोब्रा,

अजगर, मगर, सरडे हे सरपटणारे जीव असून रॉयल बेंगाल टायगर, हत्ती, आशियाई सिंह हे येथील अरण्यांतील प्रमुख घटक आहेत. देशात व्याघ्रप्रकल्पांच्या स्थापनेमुळे १९७० मध्ये बाराशेच्या वर असलेल्या वाघांची संख्या १९९० मध्ये साडेतीन हजारावर येऊन पोचली. ही या योजनेच्या सुरुवातीच्या दोन दशकांमधील फलश्रुती म्हणावी लागेल. मात्र त्यानंतर परत शिकारी आणि वनांचा ऱ्हास यामुळे २००८ साली घेतलेल्या प्रगणनेत वाघांची ही संख्या अवघ्या १४११ वर येऊन पोचली. नुकत्याच एप्रिल २०११ मध्ये घोषित केलेल्या आकडेवारीनुसार ही संख्या आता १७०६ वर येऊन पोचली आहे. त्यात महाराष्ट्रात १६९ वाघ असल्याचे सांगण्यात येते.

राजबिंडा वाघ हा मूळचा सायबेरियाचा असून जगात वाघाच्या आठ जाती आहेत. त्यांत सायबेरियन, इंडोचायना, जावन, बाली, कॅस्पियन, दक्षिण चायना, सुमात्रा व बंगाल वाघ यांचा समावेश आहे. यापैकी जावन आणि बाली वाघ नामशेष झाले आहेत. उर्वरित पाच जातींची स्वत:च्या अस्तित्वासाठी शेवटची धडपड सुरू आहे. भारतातील रॉयल बेंगाल वाघ हा शेवटचा आशेचा किरण असून शिकारी, जंगलाचा ऱ्हास आणि मानवाचे अतिक्रमण यांमुळे तो आपल्या अस्तित्वासाठी धडपडतो आहे. पूर्वेकडील देशांमध्ये वाघाच्या अवयवांना होणारी वाढती मागणी हे भारतीय वाघांच्या अस्तित्वाला लागलेले ग्रहण आहे. त्यामुळे १२१ कोटी लोकसंख्येच्या भारतात वाघाच्या अस्तित्वावर गंभीर संकट उभे ठाकले आहे.

जंगल हे वाघाचे नैसर्गिक निवासस्थान आहे. वाघ आणि जंगलाचा अनन्यसाधारण संबंध आहे. विविध प्रकारच्या जंगलांत स्वत:ला सामावून घेण्याची विलक्षण हातोटी या राजबिंड्या प्राण्यात आहे. सांबर हे वाघाचे आवडते खाद्य आहे. पिवळसर तपकिरी रंगावर काळे उभे पट्टे त्याच्या अंगावर ठळकपणे दिसतात. मार्जार वर्गातील हा प्राणी आपल्या सुळ्या दातात पकडून सावजाची श्वसननलिका फोडतो. सावजाच्या मानेमागील माकडहाडात हे दात शिरून त्याला अलग करतात. त्यामुळे शरीराचा मेंदूशी संपर्क तुटतो व सावज लुळे पडते. वाघाची दृष्टी अतिशय तीक्ष्ण असून त्याचे कान अतिशय तिखट असतात.

वाघाची हद्द साधारणत: ४० चौ.कि.मी. तर वाघिणीची हद्द १० चौ.कि.मी. एवढी असते. हे प्रमाण सर्वच जंगलांत सारखे नसते. ज्या जंगलात वाघांना भरपूर खाद्य उपलब्ध आहे, तेथे वाघाची हद्द कमीजास्त होते. अधिवासाचा भौगोलिक

आकार, प्रकार, भक्ष्य प्राण्यांची घनता, नर किंवा माद्यांची संख्या, त्याचे प्रमाण, पाण्याची उपलब्धता, मानवी हस्तक्षेप यांवर ही हद्द अवलंबून असते. वाघ आपली हद्द ठरविण्यासाठी झाडाच्या खोडावर आपल्या मूत्राचा फवारा सोडतो. तसेच रानवाटेच्या कडेवर पायाने उकरून तेथे विष्ठा करतो. विष्ठेच्या तपासणीवरून कोणत्या प्रकारचा प्राणी वाघाने खाल्ला आहे हे लक्षात येते. विष्ठेच्या आकारावरून वाघाच्या आकाराचाही अंदाज येतो. वाघ शिकार करताना सावजाचा सावधपणे पाठलाग करतो. लपूनछपून पुढे पुढे सरकत सावजाजवळ जवळपास २० ते ४० मीटर अंतरापर्यंत जातो आणि नंतर योग्य वेळ आल्यावर त्यावर हल्ला करतो. शिकार करताना प्रत्येक वेळी तो यशस्वी होतोच असे नाही. तर त्यासाठी त्यास पाच ते सात वेळा प्रयत्न करावे लागतात.

सरकारी योजना ह्या नेहमीच लोकहिताच्या आणि देशहिताच्याच असतात. मात्र राजकीय इच्छाशक्ती, त्या खात्यातील अधिकारी आणि कर्मचाऱ्यांच्या तळमळीने काम करण्यावर त्याची यशस्विता अवलंबून असते. देशातील बहुतेक व्याघ्रप्रकल्पात अशा काम करणाऱ्या अधिकारी, कर्मचाऱ्यांची संख्या पाहिजे तेवढी नाही आणि त्यांच्यात पाहिजे तशी तळमळही नाही. त्यासाठी प्रयत्न होणे गरजेचे आहे. शिकाऱ्यांचा बंदोबस्त युद्धपातळीवर झाला पाहिजे. सोबतच वनांचा ऱ्हास हाही चिंतेचा विषय आहे. नाहीतर अशीच अवस्था राहिली तर भारतातून चित्ता वाघाप्रमाणे हा रॉयल बेंगाल टायगर नामशेष होण्यास फारसा काळ लागणार नाही. पुढील पिढ्यांना तो पुस्तकातच पाहण्याची वेळ येईल. यासाठी वाघ आणि जंगल दोघांचंही संरक्षण होणे अत्यंत आवश्यक आहे. यासोबतच सर्वांत महत्त्वाची बाब म्हणजे वनात आणि वनाच्या बाहेर राहणाऱ्या लोकांचा सहभागही महत्त्वाचा आहे. तरच वाघ सुरक्षित राहील आणि वाघ सुरक्षित राहिला तरच जंगलही वाचेल. पर्यायाने व्याघ्रप्रकल्प नावाच्या योजनेला यश मिळेल. कारण निसर्ग आणि पर्यावरणाचे संतुलन हेच मानवी जीवनाच्या संतुलनाचे गमक आहे.

महाराष्ट्राच्या भूमीत असलेला मेळघाट व्याघ्रप्रकल्प हा देशात १९७३ साली सुरू झालेल्या पहिल्या नऊ व्याघ्रप्रकल्पांतील एक प्रमुख व्याघ्रप्रकल्प आहे. राज्यातील जवळपास साठ वाघांचं हे माहेरघर. देशातील एकूण ३९ व्याघ्र प्रकल्पांत त्याचा आठवा क्रमांक लागतो. मेळघाटी वाघाचं सौंदर्य आणि रुबाब हाही वेगळाच. दऱ्याखोऱ्यांच्या पर्वतीय प्रदेशामुळे त्याची देहयष्टीसुद्धा विशेष अशीच बनली आहे. यालाच ढाण्यावाघ असे म्हणतात. मेळघाटातील आदिवासी

कोरकू जसा काटक, तसा या अरण्यप्रदेशातील जंगलाचा राजा वाघ हाही तसाच. वाघाला ते 'कुलामामा' असे म्हणतात आणि त्याची पूजाही करतात.

शुष्कपर्णगळीचा मेळघाट व्याघ्रप्रकल्प एकूण २०२७ चौ.कि.मी. एवढ्या विस्तीर्ण प्रदेशात पसरला आहे. यात ३६१.७५ चौ.कि.मी. गुगामल राष्ट्रीय उद्यान, ७८८.७८ चौ.कि.मी. क्षेत्रात मेळघाट अभयारण्य, २११ चौ.कि.मी. वान अभयारण्य, १२.३५ चौ.कि.मी. नरनाळा अभयारण्य, १२७ चौ.कि.मी. संरक्षित वन इ. चा समावेश आहे. सिपना, खंडू, गडगा, डोलार, तापी या नद्या मेळघाटला जैविक संपन्नता देत असतात. गवळी, गोंड, गवलान, निहाल, बलई ह्या आदिवासी जमाती याच मेळघाटात आहेत. त्यांच्या जीवनाचा आणि संस्कृतीचा अभ्यास करता येतो. सेमाडोह वनक्षेत्रात काही भागात पर्यटकांसाठी जंगल सफारी करण्यात येते. परंतु अनेक अडचणींमुळे त्याला पाहिजे तसे यश अद्यापपर्यंत मिळाले नाही. हा संपूर्ण प्रदेश क्षेत्रसंचालक, व्याघ्र प्रकल्प, मेळघाट यांच्या आधिपत्याखाली येतो.

मेळघाटात वाघ, बिबट, रानकुत्रे, अस्वल, रानगवा, सांबर, चौसिंगा इ. सस्तन प्राणी असून जवळपास ६० वाघ, २६३ प्रकारचे पक्षी या समृद्ध अशा वनात आहेत. सरपटणाऱ्या प्राण्यांत मॉनिटर लिझार्ड, घोणस, मण्यार, कोब्रा, अजगर, मगर इ. वन्यजीव असून ९६ प्रकारचे मासे येथील नदीनाल्यांच्या प्रवाहात आपआपलं जीवनचक्र चालवत आहेत. वृक्ष, वनस्पतींच्या बाबतीत मेळघाटचं वन अत्यंत श्रीमंत असून वृक्षप्रजाती ९०, झुडपांच्या ६६, तृणांच्या ३१६, वेली ५६, वनस्पती ३३ आणि गवतांच्या १०० प्रजाती येथे आहेत. वाघापेक्षाही दुर्मीळ असलेली कंदिलपुष्प (ceropegia) ही अत्यंत दुर्मीळ वनस्पती याच मेळघाटात आहे. त्याची पाच पाकळ्यांची फुलं नळकांड्याप्रमाणे असतात. Ceropegia odorata ही सुगंधी सिरोपेजीया वनस्पती १८३९ मध्ये मुंबईजवळ साल्सेट बेटावर प्रथम सापडली. मानवाच्या वापरामुळे ती नाहीशी झाली. १९७७ मध्ये वनस्पतिशास्त्रज्ञ अन्सारी यांना ती मेळघाटातील तारुबंदा वनक्षेत्रात सापडली. संपूर्ण जगात ती आतापर्यंत चारच ठिकाणी आढळली आहे.

व्याघ्रप्रकल्प हा वाघाचे संरक्षण करण्यासाठीचा जगातील सर्वांत मोठा प्रकल्प आहे. भारतात त्याची सुरुवात १ एप्रिल १९७२ रोजी झाली. वाघांच संरक्षण आणि त्यांची प्रजननसंख्या नैसर्गिक परिस्थितीत वाढावी हा या प्रकल्पाचा मुख्य उद्देश आहे. सोबत त्यांचे आर्थिक, सामाजिक आणि सांस्कृतिक दृष्ट्या

जतन व्हावे हाही हेतू त्यामागे असून जैविक विविधतेचं रक्षण हाही त्यामागील एक प्रमुख हेतू आहे.

'मृगपक्षिशास्त्र' या ग्रंथात हंसदेवाने सांगितल्याप्रमाणे मनुष्य ही ईश्वराची सर्वोत्कृष्ट निर्मिती होय. त्यापाठोपाठ क्रम लागतो मुक्या बुद्धिवान प्राण्यांचा. त्यांचा द्वेष करणं म्हणजे जीवनातील एका फार मोठ्या आनंदाला पारखं होण्यासारखं आहे. म्हणूनच प्राणिमात्रांचे जतन आणि संरक्षणास आपण आपल्या कुवतीनुसार पुढं न्यायला हवं.

झाडं ही आपली पूर्वज आहेत. ती नेहमी कर्मयोग्याचं जीवन जगत असतात. स्वतः आयुष्यभर एकाच ठिकाणी उभं राहून ऊन, वारा, पाऊस अंगावर झेलत इतरांना मात्र ते कायमपणे फक्त देण्याचंच काम करत असतात. एका झाडावर राहतात असंख्य सूक्ष्मजीव. त्यावर राहतात देवरूपी पाखरं, पाखरांची घरटी म्हणजे या झाडांवरील देव्हारे होत. पानं, फुलं, फळं यांशिवाय प्रत्येक झाडात असतो औषधी गुणधर्म. थकल्याभागल्यांना झाडं देतात मायेची छाया. अशी ही आभाळमाया देणारी झाडं एखाद्या सज्जनासारखं जीवन जगत असतात. देणे हा गुण केवळ झाडांमध्येच आहे. आपल्या हजारो हातांनी सजीव सृष्टीला देण्याचंच काम करणारी ही झाडं आणि झाडांच्या समूहांची जंगलं वाचविली पाहिजेत. तरच या पृथ्वीचं रक्षण होईल. किमान ही प्रतिज्ञा प्रत्येकाने केली पाहिजे. कारण अभयारण्य ह्या जीनबँका आहेत. ऑक्सिजन तयार करणारे कारखाने आहेत. माझ्या मते जो आपल्या मरणानंतर आपल्या चितेला लागणाऱ्या लाकडाएवढ्या वजनाचं किमान एक झाड तरी आयुष्यात लावून जगवेल, तो खरा या जगातील सर्वांत श्रीमंत मानव होय.

पर्यावरण व मानव यांचं आपआपसात एक अतूट नातं आहे. मानवाबरोबर संपूर्ण सजीव सृष्टी पर्यावरणाशी या ना त्या नात्याने अनुबंधित झालेली आहे. निसर्गातील हवा, पाणी, प्रकाश, वृक्षवेली, जमीन, पशु-पक्षी यांच्या पारंपरिक नात्यात नैसर्गिक समतोल असतो, तेव्हा पर्यावरण संतुलित आहे असं म्हणतात. यांतील एक घटक जरी प्रदूषणाच्या विळख्यात सापडला, तरी हे पर्यावरणसंतुलन बिघडते आणि त्यामुळे एका नैसर्गिक आपत्तीचा सामना सजीव सृष्टीस करावा लागतो. नैसर्गिक साधनसंपत्तीचा प्रचंड वेगाने होत असलेला ऱ्हास तसेच कारखाने व वाहनांमुळे होणारे प्रदूषण यांमुळे पृथ्वीवरील जीवसृष्टीचे अस्तित्व धोक्यात येऊ पाहत आहे.

पर्यावरणाच समतोल साधावयाचा असेल तर देशाचा, राज्याचा किंवा जिल्ह्याचा ३३ टक्के भूभाग हा वनाच्छादित असायला हवा. आज आपल्या देशात हे प्रमाण अवघ्या २० टक्क्यांवर येऊन पोचले आहे. भारताला स्वातंत्र्य मिळाले तेव्हा ७५ दशलक्ष हेक्टर जमिनीवर जंगलं होती. आज हे प्रमाण केवळ २५ दशलक्ष हेक्टरपर्यंत येऊन पोचले आहे. वाढती लोकसंख्या, वाढती जनावरे, अंधश्रद्धा, अज्ञान, निरक्षरता, औद्योगिकीकरण, शहरीकरण, रस्ते, मोठमोठी धरणे तसेच अनिर्बंध चराई व वृक्षतोडीने मानवाच्या विरोधात रुद्र अवतार धारण केला आहे. एक चांगले मोठे झालेले झाड एका वर्षात एक टन प्राणवायू देते. तेवढा प्राणवायू तयार करण्यास प्रयोगशाळेत आठ लाख रुपये खर्च येतो. तेच झाड एका दिवसात दोन हजार टन कार्बन डायऑक्साईड शोषून घेते.

प्रा. कार्व्हर यांनी सांगितल्याप्रमाणे – 'जो निसर्गाच्या प्रेमात पडून त्याच्याशी जवळीक साधतो, त्याच्याशीच निसर्ग गुजगोष्टी करतो. युवकांनो सृष्टी काय शिकवते इकडे उघड्या डोळ्यांनी, उघड्या कानांनी लक्ष द्या, म्हणजे आयुष्यात प्रत्येक दिवशी तुमच्या ज्ञानात अमूल्य माहितीची भरच पडेल. निसर्गाशी तादात्म्य पावल्याखेरीज त्याची रहस्यं कळत नसतात.'

–०–०–०–

३.
लँड ऑफ टायगर्स

जंगल सफारीचे सर्व सोपस्कार पार पाडले आणि किसली गेटमधून आमच्या जिप्सीने आत प्रवेश केला. शिशिर असूनही बोचरी थंडी येथे सोबतीला होती. हिरव्यागार साल वृक्षांच्या वृक्षागारावर पहाटेचं धुकं पांघरलं होतं. रानवाटेवरील हा प्रवास गूढ वाटत होता. दोन्ही बाजूंच्या गवताळ माळरानात चितळांचा कळप निर्भयपणे चरत होता. काही वेळातच हिरव्या पानांनी लदबदलेल्या उंच उंच अशा साल वृक्षांच्या गर्दराजीत प्रवेश केला. सालाची ही उंच झाडे आकाशाशी स्पर्धा करताना दिसतात. त्याच्या पानापानांतून उडणारे पाण्याचे तुषार अंगावर पडत होते. हा वृक्ष वर्षभरही आपल्यात पाणी साठवून ठेवतो. साल हा या राष्ट्रीय उद्यानातील महत्त्वाचा वृक्ष होय. त्याच्या सोबतीला आहेत तेंदू, धावडा, साजड, आवळा, आंबा इ. वृक्ष. मधेच पळस आणि शाल्मली आपल्या भगव्या-लाल फुलांनी डवरली होती.

दुर्मीळ असा पल्लवपुच्छ कोतवाल हा पक्षी इतर पक्ष्यांच्या आवाजाची नक्कल करत या झाडावरून त्या झाडावर उडत होता. दुरून सुतार पक्ष्यानेही कीऽऽ र्रर्र.... असा आवाज दिला. तो होता झाडाच्या खोडातून किडे मिळविण्यासाठी केलेला प्रयत्न. मोर, रानकोंबड्यांच्या आवाजाने पहाटेचं अरण्य जागं झालं होतं. पूर्वेच्या मैकल पर्वतराजीतून तांबडं फुटू लागलं आणि जगप्रसिद्ध कान्हा राष्ट्रीय उद्यान तांबड्या किरणांत न्हाऊन निघालं. रानवाटाही उजळून निघाल्या. आजूबाजूची गवताळ रमणे रानवाऱ्यामुळे समुद्रलाटा पसरल्यागत दिसू लागली. त्यात सांबर, चितळ, भेकर, रानगवे पोट भरण्याच्या कामात व्यस्त दिसत होते.

वर्षभरही हिरव्या राहणाऱ्या सालवृक्षांना दुधाळ रंगाचा फुलोराही आला होता. त्याचा गंध सर्वत्र दरवळत होता. एका उंच सालवृक्षावर वानरांचा कळप कोवळी पाने खाण्यात गुंग झाला होता. अर्धवट खाऊन खाली फेकलेली पाने झाडाखाली उभी असलेली चितळं खात होती. तसंही वानर आणि मृगामध्ये साहचर्याचं नातं आहे. आज ते मी उघड्या डोळ्यांनी अनुभवत होतो. ग्रीष्मात वन्यप्राण्यांना अन्नाची कमतरता भासते, त्यावेळी सालवृक्ष आपल्या फळा-फुलांनी त्यांची गरज पूर्ण करतो.

कान्हा राष्ट्रीय उद्यानातील रानवाटा जिप्सीतून प्रवास करणाऱ्या पर्यटकांनी गजबजून गेल्या होत्या. वळणावर एकमेकांना भेटताना वाहनचालक काहीतरी सूचित करत होते. व्याघ्रराजाच्या साइटिंगची बातमी ते विचारीत होते. काही वेळातच ती हवहवीशी बातमी आमच्या जिप्सीतही येऊन पोचली आणि आमच्या सहाही निसर्गवेड्यांच्या चमूत आनंदाची एकच लाट पसरली. ड्रायव्हरने वाघाच्या ठिकाणाकडे गाडी वळवली.

कान्हातील सॅलराईट नावाचे हे वनपरिक्षेत्र. वेगवेगळ्या रानवाटांनी पर्यटकांना घेऊन गेलेल्या गाड्या काही वेळातच या भागाकडे जाऊ लागल्या. आमची गाडीही काही अवधीतच तेथे पोचली. एका मोठ्या गवताळ प्रदेशात चार हत्तींवरून माहूत मोठमोठ्याने संवाद साधत होते. मी रानवाटेवर उभ्या असलेल्या जिप्सीतून डोळे फाडून हे दृश्य पाहत होतो. कारण गाडीतून खाली उतरणे हे येथे दंडनीय आहे. येथील रानवाटांवर केवळ वन्यजिवांचीच पावलं असावीत, असा येथील व्यवस्थापनाचा नियम आहे. अशी नियमावली असणे आवश्यक बाब आहे.

माहूत कुणाशी संवाद साधतात, याचे मी बारकाईने निरीक्षण करत होतो. चार हत्तींनी मिळून वाघाला चहूबाजूने घेरले होते. ४०-५० फुटांचे ते रिंगण असावे.- 'ए, जाना नाही. उधर जाना नहीं मेरेको बगर पूछे तू नहीं जा सकता' असा वाघाशी संवाद माहुत साधत असताना हत्ती मागे-पुढे करत होता. इतर हत्तींच्या हालचालीही वाढल्या होत्या. एवढ्यात आम्ही असलेल्या भागाकडे कंबरे-एवढ्या वाळलेल्या गवतातून वाघ येऊ लागला. अंतर असावे अंदाजे तीन-चारशे फुटांचे. आम्ही आपआपले कॅमेरे सज्ज ठेवले. गवताळ रमणातून ती वाघाची स्वारी चालत येताना पाहून माझ्या आनंदाला पारावार राहिला नाही. अरण्याच्या देवाचं आज साक्षात दर्शन होत आहे हे पाहून मन गहिवरून गेलं. मनाला काबूत आणलं आणि आलेल्या संधीचं कॅमेऱ्यात वाघाला बंद करून

सोनं करावं यासाठी मी सज्ज झालो. तेवढ्यात वाघाने परत त्या उंच गवतात बैठक मारली.

रानवाटेवर पर्यटकांच्या बऱ्याच जिप्सी उभ्या होत्या. पर्यटक मात्र शांत होते. चारही बाजूंनी माहुतांनी वाघाला पुरेशा अंतरावर नैसर्गिक स्थितीत घेरून ठेवलं होतं. वॉकीटॉकीवरून एक माहूत कान्हाच्या वरिष्ठांची परवानगी मागत होता. ती परवानगी होती 'टायगर शो'ची. तोपर्यंत सर्व जिप्सीचालकांनी या टायगर शोकरिता लागणारा सोपस्कार पार पाडून आपआपला नंबर लावून घेतला होता. तोच हत्तीवरील माहूत म्हणाला- 'परमिशन मिल गयी है.' सर्व पर्यटक आनंदाने बेभान झाले. आता वाघ जवळून पहायला मिळणार म्हणून आमच्यात आनंदाचं उधाण आलं होतं. तीन हत्तींनी वाघाला ठरावीक अंतरावर घेरून ठेवलं आणि एका हत्तीवरून तीन ते चार पर्यटकांना एकावेळी घेऊन जवळपास २५-३० फुटांवरून वाघ दाखवून परत आणण्याचा कार्यक्रम सुरू झाला. प्रत्येक चमूला वेगवेगळा नंबर देण्यात आला होता. हळूहळू पर्यटकांची गर्दी होऊ लागली होती. पण सर्वकाही येथील अरण्याच्या नियमात. हत्तीवरील पर्यटकांचा प्रत्येक राउंड असावा आठ ते दहा मिनिटांचा. एवढ्यात माहुताने आमच्या जिप्सीजवळ हत्ती आणला. मी व डॉ. खोडे त्यावर चढलो. हत्तीवर बसल्याबरोबर मी माझा कॅमेरा ऑन करून ठेवला होता. ३०-४० फुटांचे अंतर हत्तीवरून हलत-डोलत पार पाडले आणि गवतात बसलेल्या व्याघ्रराजाचं दर्शन झालं. अहाहा! काय शाही रुबाब, लाल-कथिया, तांबट रंगावर काळे-काळे उतरते धनुर्धारी पट्टे, चेहऱ्यावर उभ्या-आडव्या रेषा, बारीक ताठरलेल्या मिशा, दोन्ही कानांमागे पांढरा ठिपका, शेपटी मध्येमध्ये हलत होती. करारी मुद्रा, बाणेदार देहयष्टी. रुबाब पहावा तर या जंगलाच्या राजाचा. वाघाचा. हा नरवाघ होता. निसर्गानं परिसराच्या वातावरणात मिळून जाणारं किती सुंदर रूप या वाघाला दिलं. एक नजर वाघावर तर एक कॅमेरा क्लिक करण्यावर माझी धडपड सुरू होती. कारण काही क्षणांतच हे सर्व आटोपायचं होतं. एवढ्यात नशिबानं अचानक व्याघ्रराज टोंगळ्याएवढ्या गवतातून आपल्या जागेवरून उठले. हत्तीवरील माहुतांच्या हालचाली वाढल्या. वाघ मात्र आपल्याच ऐटीत निघाला. तो ज्या दिशेकडे चालला होता, तिकडे हत्ती चालू लागले. माहूत मोठमोठ्याने वाघाशी संवाद साधल्यासारखे करू लागले. 'नहीं, नहीं, इधर नहीं जाना. मेरेको पुछे बगर तू नहीं जा सकता.' आमचा माहूतही हत्तीला तसतसा नेऊ लागला. मला या

जंगलाच्या राजाची विविध रूपं कॅमेऱ्यात बंदिस्त करता आली. माझं काम फत्ते होऊ लागलं होतं. परत व्याघ्रराजाने बैठक मांडली आणि माहुताने आमचा राउंडही संपविला. मी धन्य झालो. एवढ्या जवळून मला आज प्रथमच या जंगलाच्या राजाचं अवलोकन करता आलं होतं. सारं जग जिंकल्यासारखा आनंद झाला. बारा मिनिटांचं दर्शन माझ्या दोन तपाच्या अरण्य साधनेत आज प्रथम करता आलं. पाखर पहाटेची सफारी आटोपून आम्ही परतीवर निघालो. माहुत रोज सकाळी ४ वाजता जंगलात हत्ती घेऊन निघतात. वाघाचे पाऊलठसे, विष्ठा यावरून ते वाघाचा मार्ग शोधून काढतात. वाघाला शोधल्यानंतर तीन-चार हत्ती मिळून त्याला घेरून ठेवतात आणि मग परवानगी नंतरच टायगर शोचे आयोजन केले जाते. तेही निसर्गसंतुलन राखून.

वाघ शिकार करण्यात अत्यंत निष्णात असतो. बलदंड शरीरयष्टीने व ताकदीने लपून-छपून राहण्याची त्याची कुशलता ही त्यांची रहस्यमय बाब आहे. तरीही पोट भरण्यासाठी त्याचे कित्येक प्रयत्न अयशस्वी ठरतात. केलेली शिकार झाडाझुडपांत सुरक्षित स्थळी घेऊन जातो व तो त्यातील चांगले-चांगले मांस खातो.

आपल्या आवडीच्या ठिकाणी वाघ आपल्या दैनंदिन कार्यात मग्न असतो. शिकार करणे, आपल्या क्षेत्राचे रक्षण करणे यासाठी तो सतत भटकत असतो. एका वाघाचे आपले स्वतंत्र असे जंगलक्षेत्र असते, ज्यामध्ये त्याला जिवंत राहण्यासाठी सर्व उपलब्धता असते. इतर वाघांपासून तो आपल्या क्षेत्राचे रक्षण करतो. यासाठी तो आपले मूत्र आणि झाडाच्या खोडावर नखांचे ओरखडे यांचा उपयोग करतो.

१८ व्या शतकात जगात वाघांच्या आठ प्रजाती होत्या १९०० मध्ये जगात एक लाख वाघ होते. त्यांपैकी एकट्या भारतात वाघांची संख्या ४० हजार होती. १९ व्या शतकाच्या शेवटी वाघांच्या व्यापारामुळे मध्य आशियात त्यांची संख्या झपाट्याने घटली. १९२२ मध्ये बाली वाघ लुप्त झाला. १९५० च्या दशकात दक्षिण कोरिया वाघाविना झाला. १९६० च्या दशकात अमेरिकेच्या जैव वैज्ञानिक डॉ. जॉर्ज शेल्लरने कान्हा आणि इतर ठिकाणच्या वाघांच्या परिस्थितीवर गहन संशोधन व अभ्यास केला. १९६० मध्ये भारतात वाघांची अंदाधुंद शिकार केली गेली. १९७० मध्ये तुर्कीचा अखेरचा वाघ संपला. कॅस्पी वाघ लुप्त झाला. १९७२ मध्ये भारतात वाघांची संख्या केवळ १८२७ झाल्याने

भारत सरकारने वन्यजीव (संरक्षण) अधिनियम पारित करून वाघांच्या शिकारीला अवैध घोषित केले. १९७३ मध्ये भारतात महत्त्वाकांक्षी अशा नऊ व्याघ्रप्रकल्पांची स्थापना करण्यात आली. १९८० च्या दशकात भारतात वाघांच्या संख्येत वाढ झालेली दिसून आली. १९९० मध्ये भारतात वाघांची संख्या चार हजाराच्या आसपास गेली. त्यामुळे व्याघ्रप्रकल्प योजनेला संरक्षणाच्या इतिहासात उज्ज्वल यश मानले गेले. अलीकडे टायगर फोर्सची स्थापना आणि राष्ट्रीय व्याघ्रसंरक्षण प्राधिकरणाची निर्मिती भारत सरकारने करून एक वैधानिक पाऊल उचलले आहे.

जगात एकीकडे वाघ आपल्या अखेरच्या अस्तित्वासाठी धडपडत असला, तरी हा वाघ मध्य प्रदेशातील कान्हा राष्ट्रीय उद्यानाच्या प्रत्येक क्षेत्रात गेल्या चार दशकांपासून पाहण्यास मिळतो आहे. त्याची वाढती प्रजननक्षम संख्या, भरपूर अन्न आणि संरक्षण यामुळे हे साध्य झालं आहे. देवकीचा कान्हा यशोदेनं जसा मथुरेत वाढवला, तसा भारतात शेवटचा आशेचा किरण असलेला हा रॉयल बेंगाल टायगर कान्हामध्ये आज आपल्या जीवनलीला खेळतो आहे. वाढतो आहे. संपूर्ण जगातील अभ्यास पर्यटक त्याच्या लीलांचा अनुभव आपल्या डोळ्यांनी घेत आहेत. ही बाब खरोखरच वाखाणण्याजोगी आहे. ही आम्हा भारतीयांसाठी एक अभिमानाची बाब आहे. कारण वाघ हा समृद्ध पर्यावरणाचं प्रतीक आहे.

अरण्य सफारीतील परतीचा प्रवास करताना डावीकडे दूरवर उंचउंच गवताळ भागात दोन विशिष्ट आकाराचे मृग दिसले. सुरुवातील मला ते सांबरासारखेच वाटले. परंतु मग त्याचे शिंग आणि आकारावरून लक्षात आले. तो होता दुर्मीळ बारासिंगा. बारासिंगालाही मी आज प्रथमच पाहत होतो. ते दोघेही चार-पाच फुटांच्या उंच गवताळ रमणात अन्न मिळवण्याच्या कामात दंग झाले होते. मोठ्या आकाराचे हे एक सुंदर हरिण आहे. त्याच्या दोन डौलदार शिंगांना सहा फाटे होते. दलदलीत राहणाऱ्या हरिणवर्गाची ही एक उपजाती होय. कान्हाच्या वनभूमीत बारासिंगा आज मुक्तपणे वावरतो आहे, यामागे कान्हा राष्ट्रीय उद्यानातील अधिकारी-कर्मचाऱ्यांची जिद्द महत्त्वाची आहे. बारासिंगाच्या आहारात गवताच्या काही मोजक्याच प्रजाती येतात. तांबूस फिक्कट रंगाचा बारासिंगा जगात आज कान्हा व काझिरंगाशिवाय कोठेही नाही. नराच्या गळ्यावर हलकीशी आयाळ असते. पाण-वनस्पती यांचे आवडते खाद्य होय.

बारासिंगा संपूर्णपणे गवत आणि गवताळ मैदानावर अवलंबून असतो. कान्हामध्ये बारासिंगाचे पुनरुत्थान एक महान संरक्षण उपलब्धी आहे. हे चितळांसोबत साहचर्याने राहताना आढळून येतात. परंतु दोघांच्याही खाण्यासाठी वेगवेगळ्या गवती प्रजाती आहेत. त्यामुळे अन्नासाठी त्यांच्यामध्ये प्रतिस्पर्धा होत नाही.

१९ व्या शतकाच्या उत्तरार्धात बारासिंगा फार मोठ्या संख्येत दिसायचे. मध्य प्रदेश, छत्तीसगढ, महाराष्ट्र, बिहार आणि ओरिसातही यांचे अस्तित्व होते. १९३८ मध्ये ३०२३ बारासिंगे वनविभागाच्या प्रगणनेत आढळून आले. १९७० मध्ये कान्हा राष्ट्रीय उद्यानात केवळ ६६ बारासिंगे शिल्लक राहिले आणि त्यांच्या अस्तित्वावर एक प्रश्नचिन्ह उभे राहिले. बारासिंगा आंतरराष्ट्रीय चिंतेचा विषय झाला. यावर भरपूर संशोधन करण्यात येऊन त्यावर तातडीने परिवर्तनीय उपाययोजना करण्यात आल्या. कान्हामध्ये बारासिंगाच्या प्रजनन आणि संरक्षणासाठी विशेष प्रकल्प राबविण्यात आला. त्यास यश येऊन आज कान्हामध्ये बारासिंगांची संख्या ३५० एवढ्या सुरक्षित ठिकाणावर येऊन पोचली आहे. मोठमोठ्या गवताळ रमणात आज येथे बारासिंगा निर्भयपणे वावरताना दिसतो आहे.

कान्हामध्ये कीडे-कीटकांचे समृद्ध जग पाहण्यास मिळते. रानवाटांच्या काठाने सात-आठ फूट उंचीचे तांबड्या रंगाच्या मातीचे वारूळ लक्ष वेधून घेतात. आकाराने हे जीव लहान असले तरी जंगलाला जिवंत ठेवण्याची महत्त्वपूर्ण भूमिका ते पार पाडत असतात. वाळलेले गवत आणि पाने ह्यांचे पुनरुज्जीवन ते करतात. मातीला भुसभुशीत करतात. याशिवाय कित्येक पक्ष्यांचे अन्नही हे कीटकच असतात. या वारुळात लाखो रानमुंग्या असतात. त्यांची पचनसंस्था मृत आणि सडक्या वनस्पतींना पोषक तत्त्वात बदल करतात. ज्यामुळे मातीची श्रीमंती वाढते. हजारो वर्षांच्या जडणघडणीत ही मोठमोठी वारुळे तयार झालेली आहेत.

सातपुडा पर्वताच्या मैकल पर्वतरांगेत कान्हा राष्ट्रीय उद्यान आहे. या पर्वतरांगा उत्तर-दक्षिण दिशेला असून त्रिकोणी सातपुडा पर्वतशृंखलेची पूर्वी भुजा आहे. पूर्वेला ह्या पर्वतरांगा नर्मदा आणि महानदी नद्यांच्या विभाजन रेषा आहेत. पश्चिमेला भैसान घाटपर्यंत त्या पसरल्या असून नर्मदेच्या दक्षिण-पश्चिमेला बंजर तथा पूर्व आणि उत्तरेला हलोन घाटीमध्ये विभागल्या गेल्या आहेत. यामुळे कान्हाला विशेष भौगोलिक रूप प्राप्त झाले आहे. मैकल पर्वतरांगांमध्ये अनेक

पठारे, मैदाने आणि दऱ्याखोऱ्या आहेत, ज्यामध्ये सालवृक्षांचे प्रमुख वन तसेच मिश्रवने आहेत. हा भाग भारताचा दुसरा सर्वांत मोठा जलस्रोतांचा विभाजक आहे. मैकल पर्वतरांगांमध्ये आदिम जनजीवन आहे, ज्यामध्ये गोंड, भारीया, बैना आणि कोरकू जमाती आहेत.

जवळपास १६.५ करोड वर्षांपूर्वी मध्य भारतातील समृद्ध जमीन गोंडवाना नावाच्या विशाल महाद्वीपाचा एक भाग होती. ज्यामध्ये ऑस्ट्रेलिया, अंटार्टिका, आफ्रिका, दक्षिण आफ्रिका यांचा समावेश होता. अशा या गोंडवनातील कान्हाच्या गवताळ रमणात चितळ, सांभर, हरिण, बारासिंगा, रानगवे यांना भरपूर अन्न मिळते. कान्हामध्ये असलेल्या गावांचे पुनर्वसन केल्यामुळे त्या ठिकाणी मोठमोठे गवताळ प्रदेश निर्माण झाले आहेत, जे कान्हाच्या वाटचालीत महत्वपूर्ण योगदान देत आहेत.

कान्हा दक्षिण उष्णकटिबंधीय मिश्रित पर्णगळीचे वन असून येथे वृक्ष-वनस्पतींची विविधता, असंख्य असे पाण्याचे स्रोत आणि यामुळे भौगोलिक विशेषता: आहे. साल हा या वनातील प्रमुख वृक्ष असून आवळा, तेंदू, आंबा, जांभूळ, अर्जुन, साजेड, बेहडा हे वृक्षही येथे आहेत. उंच-उंच बांबूंच्या रांजी मृगवर्गीय प्राण्यांना लपण्यासाठी महत्त्वपूर्ण भूमिका बजावतात. येथे ८०० प्रकारच्या पुष्प वनस्पती, ३०० प्रकारचे पक्षी, ५० प्रकारचे स्थनधारी आणि असंख्य प्रकारचे किडे-कीटकांचे प्रकार आहेत. वाघ, बारासिंगा, बिबट, अस्वल, कोन्हे, तडस, रानकुत्रे येथे आपआपली कुळं निर्भयपणे वाढविताना दिसतात. कान्हा राष्ट्रीय उद्यान जगातील संरक्षित वन्यजिवांचे एक सर्वोत्तम प्रमुख आश्रयस्थान आहे.

वर्षभरही हिरवेगार राहणारे सालवृक्ष कान्हा राष्ट्रीय उद्यानात वन्यजिवांच्या वाटचालीत मोलाची भूमिका पार पाडतात. फेब्रुवारी-मार्चमध्ये याची पानं गळतात आणि सोबतच नवीन पानंही त्या वेळी फुटतात. या वेळी ही झाडं भुऱ्या रंगाची दिसतात. पानं जसजशी मोठी होतात तसतसा हा वृक्ष हिरवागर्द पडू लागतो आणि संपूर्ण कान्हा हिरव्या शालूत पांघरला जातो. मार्चएप्रिलमध्ये याला दुधीया रंगाचा फुलोरा येतो. या फुलांचा गंध पहाटे आणि सांजवेळी हवेसोबत साऱ्या अरण्यात दरवळतो. त्यानंतर जूनमध्ये याला फळं येतात. ग्रीष्मात वन्यप्राण्यांना अन्नाची कमतरता असताना साल ती गरज पूर्ण करतो.

१८६५ मध्ये सालवन म्हणून प्रथम वनअधिनियम बनला. १८७९ साली

संरक्षित वननियम बनले. १८६२ ते १८७० या काळात येथील सर्वोत्कृष्ट अशा सालवृक्षांना रेल्वे स्लीपरसाठी तोडण्यात आले. १९६० मध्ये कॅप्टन जेम्स फोरसाइथने आपल्या द हाइलँड्स ऑफ सेंट्रल इंडिया या पुस्तकात बंजर घाटीचा उल्लेख केला आहे. १८७९ मध्ये हे संरक्षित वन म्हणून घोषित केले. मात्र वन्यजिवांकडे विशेष लक्ष दिले गेले नाही. १९३३ पर्यंत येथे शिकाऱ्यांचा वरचष्मा होता. १९३३ मध्ये २३३ चौ.कि.मी. चे अभयारण्य करण्यात आले. १९४३ मध्ये हे क्षेत्र १३४ चौ.कि.मी. वाढवण्यात आले. दुर्दैवाने १९४७ ते १९५१ या काळात विजयनगरच्या महाराज कुमारने या जंगलात ३० वाघांची शिकार केली. परत १९५५ मध्ये अभयारण्याचे क्षेत्र २५२ चौ.कि.मी. ने वाढविण्यात आले. १९५५ मध्ये राष्ट्रीय उद्यान म्हणून घोषित केले. १९७० मध्ये १२८ चौ.कि.मी. वनक्षेत्र याला जोडण्यात आले. यामुळे ४४६ चौ.कि.मी. एवढे झाले आणि १९७३ साली कान्हा व्याघ्र-प्रकल्पाची स्थापना झाली. देशात सर्वप्रथम ज्या नऊ व्याघ्रप्रकल्पांचा जन्म झाला, त्यातील कान्हा हा एक होय. १९९५ मध्ये बफर क्षेत्राला कान्हाच्या क्षेत्रसंचालकांच्या नियंत्रणात आणण्यात आले. १९४९ चौ.कि.मी. च्या व्याघ्र प्रकल्पाचे दोन वनविभाग आहेत. अतिसंरक्षित वन म्हणजे कान्हा राष्ट्रीय उद्यान जे ९४० चौ.कि.मी. आहे. याव्यतिरिक्त संरक्षित क्षेत्र १००९ चौ.कि.मी.चे आहे. ११० चौ.कि.मी.चे फेन वन्यजीव अभयारण्य असून वाघांसाठी अतिसंरक्षित असलेल्या वनासाठी हे क्षेत्र संरक्षित क्षेत्राच्या रूपात काम करते. कान्हाची तीन ऋतूंत तीन वेगवेगळी रूपं पाहण्यास मिळतात, ज्यामुळे वृक्ष-वनस्पती आणि जीवजंतूंच्या संतुलनात नियंत्रण राहते.

भारताची निसर्ग संपदा अत्यंत समृद्ध असून त्याच्या संरक्षणाची परंपराही तशीच आहे. घनगर्द अरण्यात ऋषीमुनींचे आश्रम जुन्या काळात शिक्षणाचे केंद्र असायचे. त्यावेळपासून पशु-पक्षी देव-देवतांचे वाहन अथवा सेवक मानले गेले आहे. त्यामुळे त्यांचे काही प्रमाणात संरक्षणही झाले आहे. कौटिल्याने आपल्या अर्थशास्त्रात इ.स. पूर्व तिसऱ्या शताब्दीत वन्यजिवांच्या शिकारीवर नियंत्रणासाठी नियम बनविले. इ.स. पूर्व २५२ मध्ये सम्राट अशोकाने वन आणि वन्यजिवांच्या संरक्षणासाठी कडक नियम केले. त्यामुळेच ही वने संरक्षित क्षेत्र म्हणून अस्तित्वात आली, जे आजच्या संरक्षित वनांशी मिळते-जुळते आहे. अशी ही संरक्षणाची गाथा आहे.

आज भारतात ९० राष्ट्रीय उद्याने, ३९ व्याघ्र प्रकल्प आणि ५०० अभयारण्ये

असून त्यांचे क्षेत्र १.५६ लाख चौ.कि.मी. आहे. देशाच्या एकूण भूभागापैकी ४ टक्के भूभाग हा राष्ट्रीय उद्यान किंवा अभयारण्याचा असला पाहिजे, अशी शिफारस भारत सरकारने गठित केलेल्या एका विशेषज्ञांच्या समितीने केली आहे. मात्र देशातील लोकसंख्येची भस्मासुरी वाढ, वाढते औद्योगिकीकरण, जमिनीची वाढती अपेक्षा, इमारत आणि इंधनासाठी वृक्षतोड, शिकारी यांमुळे आज देशातील वन आणि वन्यजिवांची अवस्था दयनीय झाली आहे. त्यामुळेच अनेक जीव नामशेष होत आहेत.

कान्हा राष्ट्रीय उद्यानात जशी संपन्न जैविक विविधता जपली, वाढविली आणि तिचे रक्षण डोळ्यांत तेल घालून तेथील अधिकारी, कर्मचाऱ्यांनी केले, तसेच त्या अरण्यात पाण्याचे जलस्रोत जास्तीत जास्त कसे वाढतील, याकडे येथील प्रशासनाचे बारीक लक्ष असते. जागोजागी दिसणारे हे पाणसाठे पाहून मन प्रसन्न होते. यामुळेच तेथे मोठमोठी गवताळ रमणे निर्माण झाली आहेत, जी वाघांचे अन्न असलेल्या मृगवर्गीय प्राण्यांना अत्यंत उपयोगी आहेत. १९७६ साली कान्हा राष्ट्रीय उद्यानात ४८ वाघ होते. २००५ च्या व्याघ्र प्रगणनेनुसार कान्हात आज १२९ वाघ आहेत. चार पिल्लांची वाघीण आपल्या पिल्लांना येथे निर्भयपणे सांभाळताना दिसू शकते. यावरून या अरण्याची श्रीमंती लक्षात येते. यामुळेच चार दशकांपासून कान्हा वाघांचे संरक्षण, जतन आणि वाढ करणारा भारतातील प्रथम क्रमांकाचा व्याघ्रप्रकल्प आहे. भारतात आज केवळ १७६० च्या आसपास वाघ शिल्लक आहेत, यावरून कान्हाची महती लक्षात येते.

दुसरी अत्यंत महत्त्वाची बाब म्हणजे कान्हातील पर्यटनव्यवसाय, जो कान्हाच्या जनतेमध्ये आर्थिक स्थैर्य प्राप्त करून देत आहे. नव्हे, हा व्यवसाय त्यांनी आपलं दैवत मानला आहे. देश-विदेशांतील पर्यटकांच्या निवासासाठी येथे रिसोर्ट उद्योगाने चांगलाच जम बसविला आहे. कान्हामध्ये रोज १५० जिप्सी १५० गाईडना घेऊन पर्यटकांना जंगल सफारी करून आणतात. इतकेच नव्हे तर प्रत्येक जिप्सीचालक आणि गाईड आपल्या गाडीतील पर्यटकांना वाघासहित संपूर्ण वन्यजिवांचे जास्तीत जास्त दर्शन कसे होईल, यासाठी सतत तन्मयतेने धडपडत असतात. पर्यटकांच्या रोजच्या उपस्थितीमुळे कान्हामध्ये शिकारीवर आपोआपच लगाम बसला आहे. ही वन्यजिवांच्या रक्षणासाठी जमेची बाजू आहे.

दुर्दैवाने आमच्या महाराष्ट्रातील मेळघाट, ताडोबा, पेंच, राजीव गांधी राष्ट्रीय उद्यान इ. अरण्यांत कान्हाचे अनुकरण पाहिजे त्या प्रमाणात का केले जात

नाही, हे कळायला मार्ग नाही. काही ठिकाणी अत्यल्प अशा जंगल सफरी आयोजिण्यात जरी येत असल्या, तरी त्याला अजूनही यश मिळत नाही. वाघांसाठी लागणारे गवताळ प्रदेश, जलसाठे यांकडे दुर्लक्ष असल्याचे आढळून येते. आपलं जंगल म्हणणारे तळमळीचे अधिकारी, कर्मचारी येथे अत्यंत कमी प्रमाणात पाहण्यास मिळतात. राजकीय इच्छाशक्ती पाहिजे त्या प्रमाणात नाही. फक्त जागोजागी गेट उभारून झाडांची आडवी खोडं लावून प्रवेश बंद, अतिसंरक्षित क्षेत्र, संरक्षित क्षेत्र अशा पाट्या लावून अभ्यासकांना, पर्यटकांना जंगलं आणि वन्यजीव संपदेच्या जवळ जाण्यापासून अडवणूक कशी करता येईल याचीच काळजी घेतली जाते. या सर्व व्यवस्थेमुळे आतमध्ये फक्त शिकाऱ्यांचीच चलती राहणार नाही तर कोणाची? ही आमच्या महाराष्ट्रातील वनांची शोकांतिका आहे.

अमरावतीच्या आमच्या सहा निसर्गवेड्यांचा चमू आहे. जंगलाची भटकंती आणि त्याचा अभ्यास हा आमचा गेल्या २५ वर्षांपासूनचा छंद. यात आहेत गुरूवर्य, संशोधक डॉ. विजय इंगोले, पक्षितज्ज्ञ पद्माकर लाड, डॉ. मनोहर खोडे, ज्ञानेश्वर दमाहे, शिरीषकुमार पाटील आणि मी. या वेळच्या ३६ तासांच्या कान्हा मुक्कामातील तीन वेळच्या अरण्यभ्रमणात तीन वेळा व्याघ्रदर्शन, एकदा शिकारीवर ताव मारत असलेला बिबट, बारासिंगे, रानगवे, चितळ आणि हरणांचे कळप, रानडुक्कर, रानगवे, सर्पगरूड, मोर-लांडोर, पल्लवपुच्छ कोतवाल, रानकोंबडे आणि सर्वांत महत्त्वाचा म्हणजे निसर्गाचे सफाई कामगार- गिधाडं येथे आहेत. कारण वाघाने केलेल्या शिकारीचा शेवट ही गिधाडंच लावतात. अर्थात जेथे अन्न आणि पाणी आहे, तेथेच प्रत्येक सजीव टिकून राहतो. आपला वंश वाढवितो. म्हणून ज्या जंगलात गिधाडं आहेत ते जंगल समृद्ध असते, असे मला वाटते. एक बाब लक्षात आली. ती म्हणजे हे सर्व प्राणी येथे निर्भयपणे आपआपल्या जीवनचर्येत व्यस्त दिसले. माणसांच्या उपस्थितीमुळे त्यांच्या कुठल्याही कामात व्यत्यय आल्याचे क्षणभरही दिसले नाही.

मानवाप्रमाणे वन्यजिवांनाही या पृथ्वीवर राहण्याचा पूर्ण अधिकार आहे. वन्यजीव हे जैवविविधतेचा प्रमुख आधार आहेत. यावरच मानवाची वाटचाल अवलंबून आहे. ही वने पाण्याला थोपवून धरतात. तुम्हा-आम्हाला शुद्ध ऑक्सिजन पुरवतात. वने माती आणि पाण्याच्या संरक्षणात मोलाचे योगदान देतात. पर्यावरण संतुलनातही वने अत्यंत महत्त्वाची भूमिका पार पाडतात. रोजगाराच्या संधी निर्माण होतात. मूलभूत संशोधनासाठी वन आणि वन्यजीव एक महत्त्वाचा आधार

आहे.

वाघ आहे म्हणून जंगलं आहेत आणि जंगलं आहेत म्हणून वाघ आहे. कारण जंगल हे वाघाचं घर आहे. वाघ हा जंगलाचा श्वास आहे. आज हाच वाघ जगात शेवटच्या घटका मोजतो आहे. पूर्वेकडील देशांमध्ये वाघांच्या अवयवांना असणारी वाढती मागणी आणि त्यासाठी होणाऱ्या शिकारी यामुळे भारतीय वाघांच्या अस्तित्वाला ग्रहण लागले आहे. चालू शतकाच्या मध्यंतरात वाघ संपूर्ण जगातून नामशेष होण्याची भीती आहे. तरीपण विविध प्रकारच्या जंगलांत स्वत:ला सामावून घेण्याची विलक्षण हातोटी वाघात असल्यामुळे तो काही प्रमाणात शिल्लक आहे. कान्हासारखे समृद्ध आश्रयस्थान त्याला अपवाद आहे. गेल्या कित्येक वर्षांपासून आमच्या सहा वल्लींच्या चमूसाठी प्रत्येक जंगलभ्रमणाचे यशस्वी नियोजन आमचे कर्णधार डॉ. विजय इंगोले हेच करतात. त्या भ्रमणातून मग अरण्यातील अंतरंगांची विविध रूपं अनुभवायला मिळतात जे वन्यजीव-अभ्यासासाठी अतिशय उपयुक्त ठरतात. कान्हाचे भ्रमण हेही सरांच्या नियोजनातून यशस्वी झालेले एक अत्यंत अविस्मरणीय असे जंगलभ्रमण होय.

वाघाबद्दल मला लहानपणापासूनच विशेष आकर्षण वाटत आलं आहे. परंतु कान्हामध्ये मला ज्या वेळी वाघाचं दर्शन झालं, तेव्हापासून एक अनामिक ऊर्जा मिळाल्याचं जाणवत आहे. नवीन चैतन्य अंगात संचारल्यासारखं वाटत आहे. कोण जाणे काय कारण असावं? आणि ही ऊर्जा, हे चैतन्य मला माझ्या पुढील वन्यजीव-अभ्यासात अधिक गती देणार आहे, यात तीळमात्र शंका नाही. भारतातील वैभवी अशा लँड ऑफ टायगर्सच्या कान्हा अरण्यभूमीला माझा सलाम!

-०-०-०-

४.

वायनाड अभयारण्य आणि शेकरूचा पाठलाग

भल्या पहाटेच सुलतान बथेरीवरून वायनाड अभयारण्य-भटकंतीसाठी निघालो. हिरव्यागर्द वृक्षराजींच्या घनगर्द छायेतून प्रवास करताना एक वेगळी अनुभूती मिळत होती. केरळ तसंही बारा महिने हिरवंकंच असतं. पावसाची रिमझिमही येथे सतत सुरू असते. उन्हे तर येथे लपलेलीच असतात. वायनाड अभयारण्याच्या मुख्य प्रवेशद्वाराजवळ येऊन थांबलो. प्रवेशाकरिता लागणारे सारे सोपस्कार येथील वनविभागाच्या अधिकारी, कर्मचाऱ्यांच्या सहकार्यामुळे लवकरच पार पडले आणि एका उघड्या जीपमधून अभयारण्यात प्रवेश केला. महाराष्ट्रातील वनांमध्ये मात्र अधिकारी, कर्मचाऱ्यांमध्ये असे सहकार्याचे प्रमाण फार कमी ठिकाणी पाहण्यास मिळते.

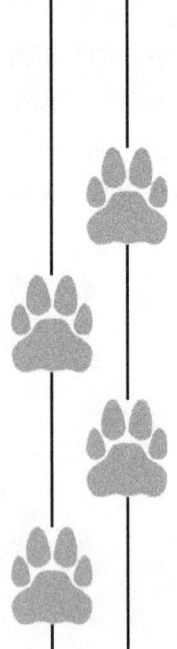

हलकंसं कोवळं ऊन वायनाड अभयारण्यावर पसरू लागलं होतं. पावसाचं रिमझिमणं सुरूच होतं. पिवळ्या मातीच्या चिखलातील रानवाटेवरून प्रवास सुरू झाला. रानवाटेच्या बाजूने गवती पात्यावरचे दवबिंदू जमिनीवर तारका-नक्षत्रं उतरल्यासारखे वाटत होते. एवढ्यात उजवीकडे वीस-पंचवीस चितळांचा कळप चौखूर उधळत पलीकडे निघून गेला. पळताना त्यांची पावलं अरण्यभूमी-वरून स्पंजच्या चेंडूसारखी उसळताना दिसत होती. डावीकडे एक रानडुक्कर आपल्या सुळ्यांनी कंदमुळे शोधण्याच्या कामात गुंग झाले होते. भल्या पहाटे त्याला भूक लागली असावी. अन्नाच्या शोधकार्यात ते मग्न झाले होते. आमच्या आगमनामुळे त्याच्या कामात इवलासाही अडथळा आल्याचे त्याच्या हालचालींवरून वाटले नाही.

थोडं पुढे जात नाही तोच ड्रायव्हरने गाडी थांबवली.

रानवाटेवर एक लहानसं पाखरू भक्ष्य शोधत होतं. तो पक्षी होता जंगली मैना (Sourthern Jungle Myna). आकाराने मैनेपेक्षा हा पक्षी थोडा लहान वाटत होता. चोच पिवळी असून चोचीच्या मुळाचा रंग गर्द निळा तर डोळे पिवळे व त्याभोवती पिवळी कातडी असलेला भाग दिसत होता. या पक्ष्याला आखूड शेंडी असून खालील भागाचा रंग गर्द राखी व पिंगट होता. त्याचा कंठ तसेच छातीवर गर्द राखी आणि पांढुरका दिसत होता. पंखावर गर्द करड्या रंगाच्या रेषा असून पाय पिवळे होते. हे पक्षी प्रामुख्याने भारतीय द्वीपकल्पात गुजरात, पश्चिम महाराष्ट्र, कर्नाटक, केरळ आणि तामिळनाडू येथे आढळतात. किडे, कीटक हे त्यांचे खाद्य असून फेब्रुवारी ते मे या काळात त्यांची वीण होते. सदाहरितपर्णी जंगलात ते आढळतात. आमची जीप या जंगली मैनेच्या चार फुटांजवळ येऊनही त्याने आमची फारशी दखल घेतली नाही आणि त्यामुळे आम्हालाही त्याचे व्यवस्थित निरीक्षण करता आले. आतापर्यंत मी मैनाचे इतर सर्व प्रकार पाहिले होते. या जंगली मैनेच्या निरीक्षणामुळे मला अत्यंत आनंद झाला होता.

निलगिरीची उंच उंच झाडे, बांबूच्या रांजीतून जाणाऱ्या या वायनाड अभयारण्याच्या रानवाटेच्या काठावर तीन ते सात फुटांपर्यंतची बर्फाळ पर्वतासारखी मुंग्यांची पिवळ्या मातीची वारुळं या निबिड अरण्याची साक्ष देतात. ही पिवळ्या रंगाची वारुळं झाडासारखी टणक असतात. आतमध्ये राणी मुंगी, कामकरी मुंग्या, शिपाई मुंग्या, धान्य साठवण, अंडी देण्याऱ्या इ. प्रकारचे कप्पे असतात. या वारुळांच्या उंचीवरून ती हजारो वर्षांपासूनची असावीत. मुंग्यांच्या कित्येक पिढ्यांनी येथे आपली कुळं वाढविली असावीत.

वायनाड अरण्यावर परत संधिछाया पसरली. रानवाटेच्या दोन्ही कवेत डेरेदार उंच उंच भव्य वृक्ष उभे आहेत. गार वारा सुटला. अंगात हुडहुडी भरू लागली आणि परत जीपचालकाच्या नजरेत एका प्राण्याच्या अस्तित्वाची हालचाल टिपली गेली. एका उंच झाडावर एका फांदीवरून दुसऱ्या फांदीवर तांबूस खारीसारखा परंतु त्यापेक्षा मोठा प्राणी चढत-उतरत होता. त्याच्या शेपटीवरील केसांमुळे ती मोठी व पिसारली होती. त्याच्या नाकापासून ते शेपटापर्यंत रंग गर्द तपकिरी आणि खाली हनुवटीपासून ते पार्श्वभागापर्यंत पिवळसर दिसत होता. एवढ्यात रानवाटेच्या उजव्या बाजूच्या झाडाच्या एका उंच फांदीवरून डावीकडच्या झाडाच्या फांदीवर त्याने उडी मारली आणि क्षणभर आश्चर्याने मी चकित झालो. तो प्राणी होता 'मलायन जायंट स्कीरल'. याला मराठीत 'शेकरू' असे म्हणतात. आम्ही

त्याचे छायाचित्र घेण्यासाठी आता धावपळ करू लागलो. जसजसा तो टप्प्यात येत होता, तसतशी आमची धावपळ सुरू होती. मी, डॉ. विजय इंगोले, पद्माकर लाड, शिरीषकुमार पाटील, डॉ. खोडे व दमाहे रानवाटेने जवळपास त्याचा अर्धा किलोमीटरपर्यंत पाठलाग केला. निरीक्षणं केली.

शेकरू हा महाराष्ट्राचा राज्यप्राणी. त्याचं सौंदर्यही तसंच देखणं आहे. इंग्रजीमध्ये याला 'मलायन जायंट स्कीरल' असे म्हणतात. याचे शास्त्रीय नाव Ratufa Bicolor असून त्याची लांबी १४ ते १६ इंच एवढी असते. शेपूट साधारणत: एक फुटाएवढं असून तो सदाहरितपर्णी अरण्यात आढळतो. दक्षिण घाटातील पर्वतीय प्रदेशात तो जास्त प्रमाणात आढळतो. डोक्यावर मानेपर्यंत काळसर तर खांद्यापासून कंबरेपर्यंत तांबूस रंग तर त्यामागे परत काळा रंग असतो. मोठमोठ्या उंच झाडांवर तो राहतो. जवळपास २० फूट एवढी उडी तो मारतो. शेकरू हा नेहमी थंड वातावरणात कार्यरत असतो. परंतु सकाळी व सायंकाळी त्याच्या हालचाली जास्त असतात. दुपारच्या वेळेस शेपटी फांदीच्या एका बाजूला टाकून तो विश्रांती घेत असतो. हा प्राणी बुजरा असून मानवापासून तो नेहमी सावध राहण्याचा प्रयत्न करत असतो. त्यामुळे त्याचे निरीक्षण करणे कठीण जाते. मात्र जंगलात काही वेगळं घडलं, की हे शेकरू मोठ्या आवाजाने ताना देतात. तेव्हा अरण्यातील दाही दिशा भारून जातात. झाडावर अत्यंत सुरक्षित ठिकाणी दाट पानोळ्यात ते घरटे बांधतात. मार्च ते डिसेंबर हा त्यांचा विणीचा हंगाम असतो. एका शेकरूची अनेक घरटी असतात. त्यातील एक पिलाच्या पालनपोषणासाठी व इतर घरटी दुपारच्या वामकुक्षीकरिता वापरतो. महाराष्ट्रात भीमाशंकरचं अरण्य शेकरूसाठी प्रसिद्ध आहे.

केरळमधील सदाहरितपर्णी वायनाड अभयारण्याच्या रानवाटेवर डावीकडे एक वॉच टॉवर दिसला. त्यावर चढून पाहिलं असता तो एक अत्यंत उत्तम असा निरीक्षण टॉवर होता. साधारणत: जमिनीपासून पंधरा फुटानंतर चार सिमेंटच्या पिलरवर ८ बाय १० च्या लोखंडी अँगलवर एक इवलीशी खोली असून वर चारही बाजूंनी तिला काच व त्रिकोणी छत आहे. या वॉच टॉवरचे वैशिष्ट्य म्हणजे कमीत कमी ८-१० पर्यटक किंवा अभ्यासक येथे आरामत बसून निरीक्षण करू शकतात. निरीक्षण मनोऱ्याच्या भोवताली जंगली हत्तींपासून संरक्षणासाठी खंदक खोदले असून निरीक्षकांना जाण्यासाठी त्या खंदकावर लाकडी पाट्या टाकल्या आहेत. आतील हालचालींचा इवलासा परिणामही या परिसराच्या

शांततेवर होत नाही. असा उत्कृष्ट बांधणीचा वॉच टॉवर-अभयारण्याच्या उत्कृष्ट व्यवस्थापनाचा भाग-फार कमी वनांमध्ये पाहण्यास मिळतो.

वायनाड अभयारण्याच्या शेवटच्या भागात चिखलाच्या रानवाटेवरून जाताना कुठे कुठे जीपची चारही चाके जमिनीवर एकाच ठिकाणी फिरत होती. मात्र अशाही अवस्थेत कुशल ड्रायव्हिंगमुळे चालक १५-२० मीटरचे टप्पे चलाखीने पार पाडत होता. वायनाड अभयारण्य तसे केरळ, कर्नाटक आणि तामीळनाडू अशा तीन भागांत विभागले आहे. परंतु या तीनही राज्यांच्या उत्कृष्ट व्यवस्थापनामुळे पर्यटकांना, अभ्यासकांना ते जाणवतही नाही.

केरळमधील वायनाड अभयारण्य हे जीवशास्त्रीय दृष्ट्या अत्यंत महत्त्वाचे वनक्षेत्र आहे. हे ओलसर पानगळीचे वन असून येथील वातावरण सदाहरितपर्णी आहे. दक्षिणेच्या पर्वतरांगांतील या अभयारण्यात साग, बांबू, निलगिरी, सुरू इ. झाडांचे प्रकार असून काही गवताळ रमणेही आहेत. अस्वल, रानडुक्कर, रानकुत्रे, कोल्हे, वाघ, हत्ती, रानगवे, सांबर, चितळ, शेकरू इ. वन्यजिवांच्या आश्रयस्थानामुळे हे अभयारण्य जैविक विविधतेच्या संरक्षण आणि संवर्धनात महत्त्वाची भूमिका पार पाडत आहे.

जगातील अतिजहाल किंग कोब्रा, हत्ती, वाघ इत्यादींचे प्रमुख आश्रयस्थान असलेल्या या वायनाड अभयारण्याने केरळच्या संपन्न जैविक विविधतेत मोठा हातभार लावला आहे. कोझिकोडेवरून अंदाजे शंभर किलोमीटर अंतरावर असलेल्या आणि उपवनसंरक्षक सुलतान बथेरीच्या अंतर्गत येथील वनविभागातील अधिकारी, कर्मचारी यांच्यामधील जंगल सुरक्षित राहण्यासाठीची धडपड आणि आवड यामुळे हे अभयारण्य वनसंरक्षणाच्या उद्देशात यशस्वी वाटचाल करत आहे. येथे येणारा प्रत्येक पर्यटक ही बाब लक्षात घेऊनच वायनाड अभयारण्याचा निरोप घेत असतो.

सूर्य माथ्यावर आला होता. आमची पावलंही आत माघारी फिरली ती या संपन्न जैविक विविधतेने नटलेल्या अभयारण्याच्या स्मृती मनात ठेवून. महाराष्ट्रातील वनांमध्ये जाणवणारा उपरेपणा आणि किचकट नियम येथे शिथिल असल्याने वायनाड अभयारण्यात येणाऱ्या पर्यटक-निरीक्षकांना स्वतंत्रतेची एक वेगळी अनुभूती मिळते.

−०-०-०−

५.

अद्‌भुत शंखधारी गोगलगाय

श्रावणात नदी-नाल्यांकाठी, तळ्याकाठी जमिनीवरील असंख्य शंखधारी गोगलगायी फिरताना दिसतात. त्यांच्या पाठीवरचा मूठभर आकाराचा शंख पाहून त्यांच्या रहस्याविषयी कुतूहल निर्माण होते. एवढं मोठं बिऱ्हाड पाठीवर घेऊन त्यांचां जीवनचक्र सुरू असतो. हाताने त्यांना हलकासा स्पर्श जरी केला तरी ताबडतोब त्या आपलं बाहेर काढलेलं संपूर्ण शरीर पटकन शंखात ओढून घेतात. निसर्गाने त्यांना दिलेलं हे सुरक्षाकवच आहे. एकदा का ही गोगलगाय शंखात समाधिस्थ झाली, की भल्याभल्या शत्रूंना तिला बाहेर काढणे जमत नाही. मात्र उघड्या चोचीचे करकोचे अशाही अवस्थेत हे शंख आपल्या विशिष्ट चोचीने फोडून आतील गोगलगाय खातात. त्यांच्या चोचीची रचना निसर्गानेच ह्या शंखधारी गोगलगायींना खाण्यासाठी केलेली असते.

एक दिवस माझ्या निवासस्थानाच्या परिसरात तांबड्या-काळ्या रंगाचा लाल तंबोर टपोऱ्या डोळ्यांचा कावळ्याएवढ्या आकाराचा भारद्वाज पक्षी दगडावर चोच आपटताना दिसला. त्याने चोचीत काहीतरी पकडले होते. अंतर जास्त असल्याने मी दुर्बीण लावून पाहिले असता शंखधारी गोगलगाय आपल्या चोचीत पकडून गोट्यावर आपटताना मला दिसला. चार-पाच वेळा त्याने असा प्रयत्न केल्यावर शंख फुटला व मग आतील गोगलगाय त्याने आवडीने फस्त केली. दरवर्षी वर्षाऋतूत आणि हिवाळ्यात मी माझ्या 'रानभूल' या निवासस्थानाच्या परिसरात या अद्‌भुत अशा शंखधारी गोगलगायींचे निरीक्षण करत असतो.

वर्षाऋतू हा सृजनाचा ऋतू असल्यामुळे या काळात

पशू-पक्षी, सरपटणारे प्राणी इ. सजीव सृष्टीत बहुतेकांची वीण झालेली असते. आपल्या पिल्लांना अन्न म्हणून या शंखधारी गोगलगायी पक्ष्यांसाठी अत्यंत उपयुक्त ठरतात. कारण या काळात गोगलगायींचीही वीण होऊन दिवसागणिक त्यांची पिल्लं मोठी होऊ लागतात. निसर्गानेच नियंत्रणाची व्यवस्था करून ठेवली आहे.

पाठीवर शंख घेऊन चालणारी गोगलगाय हळुवारपणे चालताना एक द्रवपदार्थ मागे सोडते. तो काचेसारखा पारदर्शक असतो. पावसाने वाहत येणारा पालापाचोळा एका ठिकाणी येऊन त्याचा ढीग बनतो. त्यामध्ये असंख्य शंखधारी गोगलगायी दृष्टीस पडतात. याच काळात त्यांची शेकडो बारीक बारीक अंडीही नजरेस पडतात. अंड्यांतून पिल्लं बाहेर पडतानाच त्यांच्या अंगावर शंख असतो आणि येथून त्यांचा जीवनक्रम सुरू होतो. मात्र योग्य वातावरण निर्माण होईपर्यंत त्या जमिनीखालीच राहतात. याचे कारण म्हणजे ह्या गोगलगायी स्वभावाने निरुपद्रवी असल्याने त्यांना खूप शत्रू असतात. अशा अज्ञातवासामुळे शत्रूंना टाळता येते. तसेच शरीराच्या वाढीबरोबर अंगावरचे शंख वाढविण्यासाठी त्यांना रोज खूप माती खावी लागते. ज्या ठिकाणी जास्तीचे उष्ण तापमान, हवेतील आर्द्रता आणि अन्नाची विपुलता असते, अशी ठिकाणे त्यांच्या वाढीला अनुकूल ठरतात.

रिमझिम पावसात एके दिवशी मला भल्या पहाटे घरच्या अंगणातील सरूच्या झाडाखाली पालापाचोळ्यांत दोन मूठभर आकाराच्या आणि सहा इंच लांबीच्या शंखधारी गोगलगायी नजरेस पडल्या. दोघांचेही सर्वांग पूर्णपणे बाहेर आले होते. बारीक निरीक्षणाअंती नराच्या अंगातून पानाच्या देठाएवढा अंदाजे एक इंच लांबीचा पांढऱ्या रंगाचा लिंगासारखा अवयव मादीच्या खालील भागात गेला होता. या अवस्थेत जवळपास बारा तासपर्यंत ते एकत्र होते. त्यानंतर दोघेही वेगळे झाले. या काळात त्यांना अन्नाचीही फिकीर दिसत नव्हती. गोगलगाय आठ महिन्यांनी वयात येते. त्यांचे आयुष्य पाच वर्षे असते. समागमानंतर एक गोगलगाय एकवीस दिवसांत तीनशे अंडी घालते. पाच वर्षे जगून लाखो गोगलगायी तयार होतात.

जमिनीवरच्या शंखधारी गोगलगायी मोठ्या झाल्यावर जमिनीखालून वर येतात. पालापाचोळा, हिरवी पाने खाऊन फस्त करतात. या काळात त्यांची प्रचंड संख्या जागोजागी वाढल्याने निसर्ग या वाढत्या संख्येवर नियंत्रण ठेवतो. विंचू, गोम, कोळी, पक्षी या गोगलगायींवर तुटून पडतात. त्यानंतर त्यांच्या

शरीरावरील शंख पुन्हा मातीत मिसळून तेथील जमीन सुपीक करतात. ती गोगलगायींच्या येणाऱ्या पुढच्या पिढीला उपयोगी पडते. दमट, उबदार आणि अनुकूल परिस्थितीत त्या सुखाने राहतात.

सृष्टिचक्रामध्ये गोगलगायींच्या जगण्या-मरण्यालादेखील अर्थ असतो. जीवन जगण्याच्या धडपडीत ज्या मेल्या त्या मातीत मिसळून ती सुपीक करतात. जगल्या तर त्या कुजलेली वनस्पती खाऊन जमीन कसदार करतात. तसेच काही पक्ष्यांचे भक्ष्य बनून त्यांच्याही कुळांना वाढविण्यास मदतच करीत असतात.

जमिनीवरील शंखधारी गोगलगायी सजीवसृष्टीतील एक चमत्कार आहे. यांना पाठीवरच्या शंखामुळे ओळखणे सहज शक्य आहे. हा शंख त्यांचे शत्रूपासून संरक्षण करतो. त्यांचे स्पर्शेन्द्रिय अतिसंवेदनशील असते. हलकासा स्पर्शही त्यांना सहन होत नाही. ताबडतोब संपूर्ण अंग आत ओढून घेतात. त्यांना डोक्याखाली तोंड असते. डोक्यावर कानाच्या ठिकाणी दोन सोंडेसारखे अवयव असतात. तोंडात अतिशय तीक्ष्ण करवतीसारखे दात असतात. त्यामुळे मोठमोठी पानं सहजपणे संपवतात. शंखाचा आकार, रंगसंगती आकर्षक असते. शंखाच्या वाढीसाठी आणि मजबुतीसाठी त्यांना कॅल्शियम अत्यंत आवश्यक असते. त्यासाठी त्या सतत माती खात असतात. शंखधारी गोगलगायीचे ३० प्रकार आहेत. त्यांतला जमिनीवरील शंखधारी गोगलगाय हा एक प्रकार होय. हिवाळ्यात त्यांची संख्या जास्त असते. या काळात पक्ष्यांच्या पिल्लांना त्यांचे माय-बाप जास्तीत जास्त गोगलगायी खायला देतात. कारण त्यात कॅल्शियमचे प्रमाण जास्त असते आणि ते खाल्ल्याने पक्ष्यांच्या पिल्लांची भरभर वाढ होत असते. निरीक्षणाअंती असेही लक्षात आले की, ज्या भागात जमिनीवरील शंखधारी गोगलगायी आढळतात, त्या भागात पक्ष्यांची संख्याही भरपूर प्रमाणात दिसून येते आणि एक प्रकारे पर्यावरणाच्या समतोलास हा जीव महत्त्वाचा हातभार लावत असतो.

'जीवो जीवस्य जीवनम्' या उक्तीप्रमाणे उत्पत्ती, वाढ, विनाश आणि विनाशातून परत उत्पत्ती असे हे सजीवसृष्टीचे चक्र सुरूच राहणार. मानव हासुद्धा या निसर्गाचा एक घटक आहे, याची जाण प्रत्येकाने ठेवली पाहिजे. पर्यावरण-संतुलनात वन आणि वन्यजिवांचे रक्षण करून त्याला हातभार लावला पाहिजे.

−०−०−०−

६.

हिरव्या तळ्याचा शिकारी

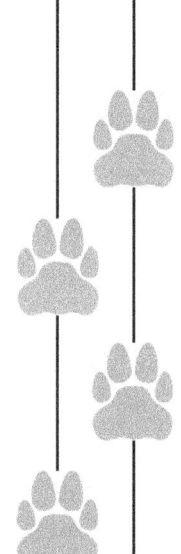

इंद्रधनू श्रावण मध्यात आला होता. ऊनपावसाचा खेळ सुरू होता. आकाश कृष्णमेघांनी दाटून आले. हिरव्या वृक्षलतांमधून रानवारा सुटला आणि श्रावणधारा कोसळू लागल्या. परत क्षणातच आकाश मोकळं झालं. त्यातून निळं अंबर दिसू लागलं. अमरावतीहून पूर्वेकडे छत्री तलावामार्गे रत्नापूर-माळेगावच्या रानात प्रवेश केला. पिपिपियू आवाज करत काळ्या-पांढऱ्या रंगाचा डोक्यावर तुरा असलेला सुंदर चातक पक्षी गाडीसमोरून एका छोट्याशा पळसवृक्षाच्या पानावर उतरला. इंद्रशेष नगरीचा पत्ता माहीत नसल्याने रस्त्यावरून येणाऱ्या-जाणाऱ्याला विचारत होतो. क्षणभरातच एक कुत्रा आमच्या पुढं येऊन दिशादर्शन करता झाला. प्राणीसुद्धा संवेदनशील असतात. ते भावना ओळखतात. निसर्गमित्र तथा साहित्यिक श्री. रणजित राजपूत यांनी त्याचे 'चंद्रमा' असे नामकरणही करून टाकलं. या चंद्रमानेच आमच्या शुद्ध भावना ओळखल्या असाव्यात. त्यामुळेच त्याने कदाचित हे दिशादर्शकाचे काम केले असावे, असे वाटते. काही वेळाने दुरून हिरव्या हिरव्या डोंगराच्या कुशीत पांढऱ्या रंगाच्या मंदिराचा कळस दिसू लागला. शेतांतून, नाल्यांतून रस्ता पार करत त्याने आम्हाला योग्य स्थळी एका भव्य अशा वटवृक्षाखाली आणून सोडले.

तीनही बाजूंनी चिरोडी पर्वताचा हिरवा शालू पांघरलेल्या डोंगररांगा आणि पायथ्याशी शंकराचं मंदिर. पळस, साग, उंबर, वड, पिंपळ आणि पलीकडच्या तळयाच्या ओव्हरफ्लोमुळे या वृक्षलतांमधून येणारा निर्झर संथपणे वाहत होता. घाणेरीच्या व इतर वृक्षवेलींच्या रानफुलांचा सुगंध या

डोंगरकुशीत पसरला होता. हिरव्या पानांनी लदबदलेल्या सागवृक्षाच्या शिरावर टपोऱ्या मोतीदार पांढऱ्या भुरकट फुलांचा सागपिसारा फुलला होता. त्यावर फुलपाखरं, किडे-कीटक, मधुकरांचे भ्रमण सुरू होते. रायमुनियाला काळी-सावळी गुच्छेदार फळं लागली होती. बुलबुल, सातभाई, सूर्यपक्षी, शिंपी, कोकीळ इ. द्विजगणांचा मेळा त्यावर मनसोक्त संचार करत होता. मंदिराच्या पुढ्यातून वाहणारा ओढा पुढे गर्द वनराईत झुळझुळपणे वाहत होता. त्याच्या काठावर वानरांची टोळी एकमेकांना खेटून काही तरी हितगुज साधत होती. आपल्या पिल्लांना छातीशी घेऊन दोन माद्या टोळीनायकाच्या शरीरावरील कीटक काढून खात होत्या. त्याच्या स्वच्छतेत त्या मग्न झाल्या होत्या. नायक शांतपणे ते सहन करत होता. छायाचित्र घेण्यासाठी माझी पावलं जसजशी पुढे पडत होती, तसतशी वानरटोळी सावध होऊ लागली. काही वेळातच वानरांचा कळप विखुरला गेला. नायक मस्तीत आल्याने मोठ्याने हुपहुप करत झाडाझाडांवरून उड्या मारत आपला दरारा दाखवत होता. टोळीतील काही तरुण वानरं सावध झाली होती. तर माद्या पिल्लांना कवटाळून भयमुद्र अवस्थेत पाहत होत्या. काही क्षणातच नायक शांत झाला. ती संपूर्ण टोळी पलीकडच्या जंगलात पसार झाली. वडाच्या वृक्षाजवळून वाहणारा ओढा पार करून आम्हा निसर्गवेड्यांची पावलं पलीकडच्या हिरव्या तळ्याकडे वळली.

दोन डोंगरांच्या मध्ये असलेलं हे बशीच्या आकाराचं तळं आहे. असंख्य वृक्षवेली आणि झुडपी वनसंपदा यांच्या हिरवाईने त्याला पांघरलं आहे. ते तुडुंब भरलं असून त्यात काठावरील असंख्य हिरव्या सृष्टीचे हिरवे-सावळे प्रतिबिंब पडले होते. सजीव सृष्टीच्या संचाराने या हिरव्या तळ्याला कंठ फुटला होता. काठावर उभं राहून निरीक्षण करता करता पुढ्यातील एका बाभळीच्या झाडावर लक्ष गेलं. हातभर लांबीची गारुड्याच्या बिनीसारखी पाच घरटी झाडाच्या फांदीच्या टोकावर लोंबकळत होती. काही पूर्णत्वाच्या मार्गावर तर काही अर्धवट अवस्थेत होती. एका घरट्यावर चिमणीएवढा डोक्यावर पिवळी टोपी असलेला सुगरण नर आपल्या इवल्याशा चोचीत गवताची पाती आणून घरटे विणत होता. मध्येच सुगरण मादी येऊन घरट्याची पाहणी करत होती. मी व छत्रपती दोघेही झाडापासून जवळपास पंधरा-वीस फुटांवर खाली गवतावर बसून छायाचित्रं घेण्यात गुंग झालो होतो. चांगले छायाचित्र मिळावे म्हणून आमचे चार रानसखे दूरवर शांतपणे बसून होते. श्रावणातील या सुंदर अशा मूठभर सोनसळी वास्तुशिल्पी सुगरण

नराची ही कारागिरी भल्याभल्यांना थक्क करून सोडणारी असते. या काळात मग माझी पावलंही रानावनातील अशा ठिकाणांकडे वळतात. त्यातून सजीव सृष्टीतील अनेक सजिवांचे रहस्यमय जीवन अनुभवायला मिळत असते.

साधारणत: एक तास आम्ही तळ्याच्या काठावरच श्वास रोखून शांतपणे बसून होतो. अचानक डावीकडे चार फुटांवर पाण्यात दोन-तीनदा डुबुक-डुबुक आवाज झाला. त्यामुळे माझे लक्ष विचलित झाले. मासा श्वास घ्यायला पाण्यावर येऊन परत जाताना असा आवाज होतो असे समजून माझे लक्ष पायाजवळच्या पाण्याकडे गेले आणि काय आश्चर्य? तीस-चाळीस किड्यांच्या हालचालीने लक्ष वेधलं. चांदीरंगाच्या या किड्यांचा समूह पाण्यावर अतिशय वेगाने हालचाल करत होता. त्यांची पाण्यावर वेगाने चालण्याची आणि क्षणातच गिरकी घेण्याची पद्धत अचंबित करणारी होती. पाण्याच्या पृष्ठभागावरील भक्ष्यावर तुटून पडताना साऱ्या समूहाची हालचाल जणू जंगलात एखाद्या सांबरावर तुटून पडणाऱ्या रानकुत्र्यांच्या टोळीसारखीच वाटत होती. हिरव्या तळ्यातील हे लुटारू होते. वॉटर स्ट्रायडर (Water Strider) नावाचे पाणकिडे.

हे पाणकिडे Gerridae या कुळातील असून त्यांची लांबी १.६ मि.मी. एवढी असते. कथिलासारख्या रंगाचे हे किडे शरीराने सडपातळ असून त्यांना एकूण सहा पाय असतात. त्यावर संपूर्णपणे केस असतात. डोके लांब असून डोळ्यांसमोर दोन अँटेना असतात. भक्ष्याची दिशा किंवा धोक्याची सूचना यातून त्यांना मिळत असते. गळ्याजवळ दोन लहान पाय असून शिकार पकडण्यासाठी त्यांचा उपयोग होतो. मधे असलेल्या दोन लांब पायांचा उपयोग पाण्याच्या पृष्ठभागावर वेगाने चालण्यासाठी करतात. तसेच मागील दोन लांब पायांचा उपयोग वेग, वळण यांवर नियंत्रण ठेवण्यासाठी केला जातो. 'वॉटर स्ट्रायडर' हे पाणकिडे अत्यंत संवेदनशील असून पाण्यावर वेगाने चालताना होणाऱ्या कंपनातून त्यांना शिकार कुठे आहे याचा शोध लागतो आणि ताबडतोब आपला मोर्चा तिकडे वळवून ते आपली शिकार साधतात. हा पाणकिडा माणसांना चावत नाही. पक्षी व मासे यांचे शत्रू आहेत. कारण पाण्याखाली असलेल्या शत्रूला ते ओळखू शकत नाहीत. म्हणून ते पाण्याच्या पृष्ठभागावरच राहतात. नव्हे, निसर्गानेच तशी रचना केलेली असावी. Gerridae या कुळात एकूण ३५० पाणकिड्यांच्या प्रजाती असून ते थंड रक्ताचे प्राणी आहेत. तळे, लहानमोठी डबकी, नाले इ. ठिकाणी झाडाच्या खोडाच्या सावलीत त्यांची आश्रयस्थाने असतात. पाणी संपल्यावर हे

पाणकिडे चिखलातही राहतात. वजनाने कमी असल्याने पाण्यावर हे Water Strider पाणकिडे अत्यंत वेगाने वळू शकतात. पाण्यावर मेलेले किडे-कीटक किंवा जखमी फुलपाखरं आणि मेलेले मासे यांवर पाणकिड्यांचा हा समूह तुटून पडतो. पाठीचा कणा नसलेले किडे-कीटक त्याचं आवडतं खाद्य आहे. विणीच्या हंगामात पाण्यावर तरंग सोडून ते एकमेकांना सूचित करतात. मादी तळ्याच्या काठावरील झाडाझुडपाच्या खोडाजवळ अंडी देते. एका महिन्यात पिल्लं तरुण होतात. पंख नसलेल्या आणि झाडाच्या सावलीखालील पाण्यावर हे पाणकिडे समूहाने एकत्र राहिल्यामुळे त्यांचे शत्रूपासून रक्षण होते. असे हे अद्‌भुत Water Strider नावाचे पाणकिडे आपल्या पोटासाठी, पर्यायाने आपली प्रजाती वाढविण्यासाठी दिवसरात्र झटत असतात. प्रतिकूल परिस्थितीत ते स्वत:चा वंश वाढवीत असतात.

एवढ्यात हिरव्या तळ्याच्या पलीकडच्या अरण्यगर्भातून मोराचे केकारणे ऐकू आले आणि माझी शांतता भंग पावली. तोच सुगरणचे घरटे असलेल्या बाभळीखालून पाण्यातून एक पाणदिवड नावाचा चार-पाच फुटांचा साप सरसरत पलीकडच्या काठावर पोचला आणि श्रावणी वनात लुप्त झाला. आम्ही दोघेही मित्र उठून उभे राहिलो. ओल्या गवतावर पालखट मांडल्याने दोघांच्याही पँटस् ओल्या झाल्या होत्या. पावलं परतीवर घेता घेता धुमटकर मला सांगत होता, 'आपण सुगरण घरट्याच्या छायाचित्रणात गुंग असताना हाच पाणदिवड तुझ्या बाजूने पाच-सात फुटांवर आला होता. छायाचित्र काढण्यापासून तुझे लक्ष विचलित होऊ नये म्हणून मी तुला त्या वेळी सांगितले नाही.' असा हा हिरव्या डोंगराच्या हिरव्या तळ्यावरील अनुभव माझ्या पंचवीस-तीस वर्षांच्या अरण्यभटकंतीत एक सुखद धक्का देणारा होता. नव्हे, निसर्गातील एका इवल्याशा रहस्यमय जिवाचे (Water Strider) रहस्य या भटकंतीमुळे प्रकाशात आले होते.

पृथ्वीतलावर कीटक हे मानवापूर्वी लाखो-करोडो वर्षे आधी जन्माला आले. संपूर्ण प्राणिविश्वात कीटकांची संख्या ८० टक्के आहे. माणसाला जे जमत नाही ते हे कीटक लीलया करतात. कीटकांच्या जगण्यातून विलक्षण गोष्टी शिकायला मिळतात. त्यांचे जीवन अतिअद्‌भुत आहे. काळाच्या ओघात डायनोसारसारखे महाप्रचंड प्राणी नष्ट झाले. मात्र या परिस्थितीतही कीटक तगून राहिले. कारण प्रतिकूल परिस्थितीवरही त्यांनी मात करून आपले अस्तित्व टिकवून ठेवले. पर्यावरणाच्या समतोलात किड्या-कीटकांनी महत्त्वपूर्ण हातभार

लावला. आजही लावत आहेत. बुद्धिवान माणसाने पर्यावरणाचा ऱ्हास थांबविला पाहिजे. कारण ती काळाची गरज आहे. हिरव्या तळ्याचा शिकारी पर्यावरण समतोलात महत्त्वाचे कार्य करत आहे.

−०−०−०−

७.
अंधारवनातील प्रकाशदिवा

दऱ्याखोऱ्यांच्या डोंगररानातून नागमोडी वळणे घेत प्रवास सुरू होता. आषाढ नभातून पाऊसधारा धरतीवर कोसळत होत्या. दशदिशांत पसरलेलं रान हिरव्या रंगाने माखून गेलं होतं. पानापानांवर पडणाऱ्या थेंबामुळं होणारा आवाज सोसाट्याच्या वाऱ्यासारखा वाटत होता. त्यामुळं मनाला आल्हादकारक वाटत होतं. नदी–नाले खळखळून वाहत होते. सारी सृष्टी कशी चिंब भिजली होती. वर्षाऋतू म्हणजे सृजनपर्वाचा ऋतू असल्याने पशू–पक्षी आनंदात दिसत होते. काही वेळानं पाऊस थांबला. आम्ही पुढे निघालो.

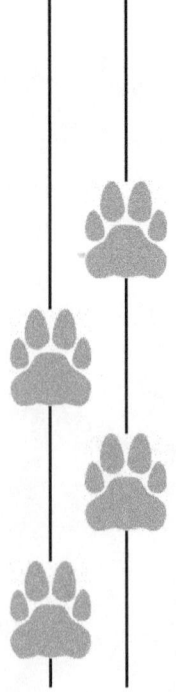

मेळघाटातील राखी बल्ड्यावर उभा राहून मी येथील निसर्गसृष्टीचे मनमोहक रूप न्याहाळत होतो. सभोवतालचा सातपुडा पर्वत हिरव्या-हिरव्या वृक्षलतांनी फुलून गेला होता. अर्जुन, साग, बेहडा, वड, पिंपळ, उंबर, हल्दू इ. वृक्ष एकमेकांत हिरव्या रंगात मिसळून गेले होते. तळातून इंग्रजी एस आकाराने वाहणारी मेळघाटची जीवनदायिनी 'सिपना' दुथडी भरून वाहत होती. तिच्या खळखळण्याचा आवाज नादमधुर वाटत होता. चातक पक्ष्याच्या पियू पियू पिपिपियू आवाजाने अरण्यावर साद घातली. टकाचोराने टूकरूंग टूकरूंग करत रानात विणेची तार झणकारली अन् एवढ्यात किऽ किऽ आवाज करत मोठ्या पंखाच्या राखाडी धनेश पक्ष्याने उड्डाण केले. अलीकडच्या काठावरून सिपना ओलांडून तो पलीकडच्या हिरव्या वनराईत लुप्त झाला. नदीच्या पात्रातून दूरवरून मयुरानेही साद दिली. पावसाळ्यातील निसर्गाचं हे मोहमयी रूप पाहता–पाहता माझी समाधी लागल्यासारखी अवस्था झाली. जगातील सारी सुखं या अरण्यरूपापुढे फिकी वाटायला लागतात. देहभान विसरून

मीही त्या परमोच्च आनंदात कधी सामील झालो, हे मला कृष्णमेघांतून लख्ख चकाकत येणाऱ्या विजेमुळे आणि तिच्या प्रचंड आवाजामुळे लक्षात आलं आणि माझी समाधी भंग पावली. सांजवेळ होता होता नभ झाकोळून आलं. क्षणभरातच संधिप्रकाश रानावर सर्वदूर पसरला. काही वेळापूर्वीचं हिरवं लेणं या संधिप्रकाशात लुप्त झालं.

वर्षाधारा कोसळू लागल्या आणि खालच्या हिरव्या अरण्यगर्भातून सिपनेत पाण्याच्या प्रवाहाचा जोर वाढल्याने एका रहस्यमय आवाजाचा नाद कानी पडू लागला. वरून खालच्या पात्राकडे नजर फिरवू लागलो तोच एका अद्भुत रूपानं मी थक्क झालो. अंधारातून असंख्य लुकलुकणाऱ्या तारका वर येऊ लागल्या होत्या. नभ काळ्या-सावळ्या कृष्णमेघांनी झाकोळलं असताना सिपनेच्या पात्रातून मात्र असंख्य तारकांचा उगम अद्भुतरम्य वाटत होता. मात्र त्या तारका नसून शेपटीकडून हिरव्या-पिवळ्या रंगाचा प्रकाश सोडणारे नर काजवे होते. सजीव सृष्टीतील काजवे हा एक अद्भुत चमत्कार आहे.

'काजवा' ही कीटकवर्गातील पंख असलेली प्रजाती आहे. त्यांना fire fly किंवा lightning bugs असे म्हणतात. काजव्याच्या पोटाच्या सगळ्यात शेवटी खालच्या बाजूला विशेष पेशी असतात. तेथे हा दिवा लागतो आणि शरीराचा तेवढाच भाग खालून काचेसारखा पारदर्शक असतो. हा दिवा लागताना एक लांबलचक क्रिया घडत असते. हवेच्या नळ्यांतून ऑक्सिजन येतो. पेशीच्या केंद्राकडून या दिव्याला परावर्तन करायला पेशीमध्ये मॅग्नेशियमचे कण तरंगत असतात. ते म्हणजे शरीरातला टाकाऊ माल असतो. म्हणजेच कचरा. पण त्याचाही उपयोग करून घेतला आहे. निसर्गात कुठलीच गोष्ट निरुपयोगी नसते. काजव्याच्या दोन हजार प्रजाती असून त्या समशीतोष्ण ते अतिउष्ण प्रदेशात राहतात. काजव्यांना लुकलुक करणाऱ्या दिव्यांची आवश्यकता काय? असा प्रश्न पडतो. त्यांच्यात प्रियाराधन चाललेलं असते. नर काजवा मादीला आकृष्ट करण्यासाठी असा प्रकाश पाडत असतो. मादी कुठेतरी बसून नराची निवड करत असते. ती लुकलुक करीत नाही. नरकाजव्याचा प्रकाशदिवा ही निसर्गातील एक उत्कृष्ट निर्मिती होय. या दिव्याने कुठलीही उष्णता निर्माण होत नाही. असा हा हीटलेस लॅम्प आहे. मानवाने विज्ञान-तंत्रज्ञानक्षेत्रात कितीही प्रगती केली, तरी तो असा उष्णताविरहित प्रकाश अजूनही पाडू शकला नाही.

जवळपास दोन दशकांपूर्वीची घटना. मी रात्रीच्या वेळी रानावनात प्रवास

करत असताना दूरवर रानवाटेच्या काठावर एक चमचमणारी पर्वताची लहानशी टेकडी दिसली. जवळ पोचताच काय आश्चर्य! ते होतं काजव्यांनी भरलेलं झाड. एका डेरेदार महावृक्षाच्या पानोपानी हजारो काजवे बसून लुकलुक करीत होते. जणूकाही आकाशगंगाच तेथे उतरली असल्यासारखे वाटत होते. निसर्गाची ही रोषणाई तेथील साऱ्या अंधारवनावर प्रकाश पाडत होती. मला तर दिगंतरातून या झाडावर नभातील तारकापुंजच उतरल्यासारखे वाटत होते. अज्ञानाला जसं ज्ञान प्रकाशमय करत, तसं हे काजव्याचं जग अरण्यसाधनेत महत्त्वपूर्ण निरीक्षण असतं. त्यातून मिळणारं ज्ञान निसर्गातील अनेक रहस्यांवर प्रकाश टाकत असतं.

बदलत्या ऋतुचक्राची चाहूल प्रथम लागते ती कृमिकीटकांना. वाळवी यात सर्वांत आघाडीवर असते. मान्सूनची पहिली चाहूल वाळवीलाच लागते. मान्सूनपूर्व काळ हा काजव्यांच्या प्रियाराधनाचा काळ असतो. तोही अवघा आठ ते पंधरा दिवसांचा. नरकाजवे लुकलुकत इकडेतिकडे भराऱ्या घेत माद्यांना हेरत असतात. त्यांना आकर्षित करत असतात. संस्कृतमध्ये काजव्याला 'खद्योत' असं म्हणतात. तर चीनमध्ये त्याला 'फुलपरी' (Flower lady) तर इराणमध्ये Good newd असं म्हटले जाते. काजवे जेव्हा जखमी होतात किंवा कोळ्यांच्या चक्रव्यूही जाळ्यात अडकतात, तेव्हा त्यांची लुकलुक थांबून ते स्थिर प्रकाश फेकत राहतात. काजवा हा शेतकऱ्यांचाही मित्र आहे. कीडनाशक (Pest Control) म्हणून तो उपयुक्त आहे. ग्रीष्म ऋतूच्या शेवटी मिलनानंतर काही दिवसांतच मादी जमिनीवर अंडी देते. तीन ते चार आठवड्यांत काजव्याची पिल्लं अंड्यातून बाहेर पडतात. नुकताच अंडे फुटून बाहेर आलेला नरकाजवाही लुकलुक करायला लागतो. आकाशगंगेत एखाद्या ताऱ्यांचा जन्म व्हावा तसाच. दोन ते तीन आठवड्यांत ते तरुण होतात. काजव्यांच्या काही प्रजातींमध्ये काजवे कित्येक वर्षे जमिनीखाली राहतात किंवा झाडाच्या सालीत राहतात. वर्षाऋतूत ते बाहेर येतात.

सगळ्या प्राणिविश्वात कीटकांची संख्या एकूण ८० टक्के आहे. मानवाचे अगोदर कीटक जन्माला आलेत. माणसाला जे जमले नाही ते कीटक लीलया करतात. बुद्धी आहे म्हणून माणसानं गर्व करू नये. कारण ही कीटकमंडळी त्यांच्या जगण्यातून विलक्षण गोष्टी शिकवत असतात. त्यांचे जीवन अतिअद्भुत अशी यात्रा आहे. कोट्यवधी वर्षांपूर्वी कीटक जन्माला आले. तर काही लाख वर्षांपूर्वी माणूस जन्माला आला. सध्या आहे तसा माणूस जन्माला यायला

फारतर पन्नासएक हजार वर्षे झाली असावीत. काळाच्या ओघात आणि सृष्टीच्या परिवर्तनात डायनोसार सारखे महाप्रचंड प्राणी नष्ट झाले. मात्र सूक्ष्म कीटक तगून राहिले. कारण त्यांनी बदलत्या परिस्थितीशी जुळवून घेतलं. Survival of the fittest हे तंत्र किडे-कीटकांना पूर्णपणे लागू पडते.

−०−०−०−

८.

स्वर्गीय सौंदर्याचा बाराशिंगा

जगप्रसिद्ध कान्हा राष्ट्रीय उद्यानाची पाखरपहाटेची जंगलसफारी आटोपून रानातून परतीवर निघालो होतो. जंगलाचा राजा वाघाचा टायगर-शो अनुभवल्यामुळे चैतन्य पसरलं होतं. अवघ्या तीस-पस्तीस फुटांवरून वाघाच्या विविध मुद्रा कॅमेऱ्यात बंदिस्त करता आल्या होत्या. जैविक विविधतेने नटलेल्या श्रीमंत अशा कान्हा अरण्यातील डावीकडे माणसाएवढ्या उंचीच्या तृणमेळ्यात दूरवर पुसटसे दोन हरिणवर्गीय प्राणी दिसले. कधी त्यांची मान दिसायची. कधी शिंग तर कधी तळपायापासूनचे तीन फुटानंतरचे शरीर दिसायचे. सुरुवातीला मला ते सांबर वाटले. परंतु काही वेळातच त्याच्या डोक्यावरील शिंगाचा विशिष्ट पसारा पाहून मी आश्चर्यचकित झालो. मला मयूरानंद झाला. कारण तो होता केवळ भारतातच असलेला दुर्मीळ असा बाराशिंगा.

हरिणांच्या वर्गातील बाराशिंगा (Swamp Deer) एक वैशिष्ट्यपूर्ण हरिण आहे. याचे शास्त्रीय नाव Cervus durauceli ervus असे आहे. रंगाने तपकिरी-पिवळसर असलेल्या बाराशिंगाच्या कातडीवर दाट लोकरीसारखी लव दिसत होती. डोक्यावर वैशिष्ट्यपूर्ण असे चंद्रकोरी शिंग आणि त्याला फुटलेले विशिष्ट आकारातील फाटे त्याच्या सौंदर्यात विशेष भर घालत होते. गवताळ तृणमेळ्यातून चालताना जणूकाही पौर्णिमेचा चंद्र कृष्णमेघातून हळुवार बाहेर यावा आणि एका वेगळ्या सौंदर्याची उधळण व्हावी असंच ते दृश्य होतं.

गवताळ व दलदलीच्या प्रदेशात बाराशिंगाला वास्तव्य करायला आवडते, म्हणून याला 'स्वॅम्प डिअर' असे म्हटले

जाते. मध्यप्रदेश, आसाम, उत्तर प्रदेश येथील गवताळ प्रदेशांत तसेच पाणथळ आणि दलदलीच्या प्रदेशात यांचे वास्तव्य असते. उंचीने साडेचार ते पाच फूट असणाऱ्या बाराशिंगाचं वजन सरासरी ८० किलोपर्यंत असते. याचे गंधज्ञान अतिशय तीव्र असून त्याची दृष्टी आणि श्रवणशक्ती मात्र साधारणच असते. या कारणाने त्यांची जास्त प्रमाणात शिकार होते. कळपाने राहणारा हा प्राणी आहे. त्याच्या पायांना सपाट खुरं असतात. त्यामुळे मऊ जमिनीवरून चालणे त्यांना सोपे जाते. मात्र कान्हामध्ये बाराशिंगा काही प्रमाणात कडक जमिनीवरून चालतात म्हणून त्यांच्या पायांची खुरं सपाट नाहीत. हा प्राणी मुख्यत्वे म्हणजे दिवसाच चरताना आढळतो. रात्री ते आराम करत असतात.

हिवाळा हा बाराशिंगाचा विणीचा काळ असतो. या काळात नर जास्त हिंस्र बनतात. दोन नरांमध्ये मादीच्या समागमासाठी जोरदार लढाई होते. चिखलात लोळणे इ. विविध लीला या काळात चालतात. मादीचा गर्भधारणाकाळ आठ महिन्यांचा असतो. उंच गवतात मादी पिल्लांना जन्म देते. मात्र गेल्या काही दशकांपासून भारतातील या सुंदर प्राण्यांची संख्या कमी कमी होत चालली आहे. कान्हा राष्ट्रीय उद्यानही यातून सुटले नाही. मात्र कान्हाच्या वरिष्ठ अधिकारी, कर्मचाऱ्यांच्या भगीरथ प्रयत्नांमुळे आज बाराशिंगा कान्हामध्ये मुक्तपणे जीवन जगतो आहे. बाराशिंगा आणि चितळ सोबत सोबतच राहतात. असे असले तरी बाराशिंगा एका विशिष्ट प्रजातीचेच गवत खातो. चितळांना आवडणारे गवत बाराशिंगा खात नाही म्हणून यांच्यामध्ये अन्नासाठी प्रतिस्पर्धा होत नाही.

इंग्रज कॅप्टन जे. फोरसाईथने १९ व्या शतकाच्या उत्तरार्धात मध्य भारताचा दौरा केला. येथील जंगलामध्ये बाराशिंगांची संख्या भरपूर असल्याचे त्याने आपल्या 'मध्य भारत की उच्च भूमियाँ' या पुस्तकात लिहिले आहे. तत्पूर्वी वनविभागाच्या प्रगणनेत कान्हामध्ये ३०२३ बाराशिंगे आढळले. मात्र १९७० मध्ये यांची संख्या केवळ ६६ एवढी नाममात्र झाली आणि बाराशिंगा या प्रजातीवर एक गंभीर संकट उभे झाले. बाराशिंगांची कमी संख्या हा आंतरराष्ट्रीय चर्चेचा विषय झाला. कान्हात वन्यजिव संरक्षणाचे नियम कडक असल्यामुळे तृणवर्गीय प्राण्यांची संख्या वाढल्याने तेथील गवताळ प्रदेशावर जास्त भर पडला. तसेच त्यामुळे इतर वृक्षप्रजातींचे अतिक्रमण होऊ लागल्याने गवताळ क्षेत्राचे क्षेत्रफळही कमी होऊ लागले होते. ही बाब बाराशिंगाच्या संरक्षण आणि प्रजननात फार मोठी गंभीर बाब बनली होती. बाराशिंगाला वाचविण्यासाठी मध्यप्रदेशातील

वन्यजिव शास्त्रज्ञ, तळमळीने काम करणारे अधिकारी, कर्मचारी यांनी या बाबींचा गांभीर्याने अभ्यास केला. संशोधन केले आणि त्यावर परिणामकारक उपाययोजना केल्या. बाराशिंगा खात असलेल्या विशिष्ट गवताच्या वाढीसाठी उपाययोजना अमलात आणल्या गेल्या. सोबत अशा विशिष्ट क्षेत्राचे डोळ्यांत तेल घालून संरक्षण करण्यात आले. पाणतळी वाढविण्यात आली. त्यामुळे आपोआपच दलदलीही निर्माण झाल्या. एवढेच नव्हे तर एका विशिष्ट गवताळ क्षेत्राला तारेचे संरक्षित कुंपण घालण्यात आले. त्यामुळे काही कालांतराने तेथे गवताची भरगच्च वाढ झाली. याचा फायदा बारशिंगाला झाला आणि बाराशिंगा हळूहळू जगू लागला, वाढू लागला. आपल्या प्रजातीची वंशवेल वाढवू लागला. आसामसारख्या दलदलीच्या प्रदेशात राहणाऱ्या बाराशिंगा या अत्यंत आकर्षक अशा प्राण्याने कान्हासारख्या समृद्ध अरण्यात राहण्यासाठी स्वत:ला अनुकूल करून घेतले. मध्यप्रदेशातील श्रीमंत जंगलाने जगवलेला, वाढवलेला असा हा अतिशय देखणा वन्यजीव माझ्यासारख्या वन्यजीवलेखकाला पाहण्यास मिळणे म्हणजे एक स्वप्न प्रत्यक्षात उतरल्यासारखं आहे.

हंसदेवाने सातशे वर्षांपूर्वी लिहिलेल्या मृगपक्षिशास्त्र या संस्कृत ग्रंथात बाराशिंगाला न्यंकू असे म्हटले असून त्याचे खालीलप्रमाणे वर्णन केले आहे –

ऱ्हस्वकाया मंदापदा: पीतकृष्णसमुज्वला:
भृशं मृदुस्पर्शमान्या बालात पविहारिण:
सायंतमोल्लासमाज: मध्यान्हे निद्रयान्वि:
नरावासप्रिया प्रायश्चितौत्सुक्यसमान्वित:

मनुष्य ही ईश्वराची सर्वोत्कृष्ट निर्मिती होय. त्यापाठोपाठ क्रम लागतो मुक्या बुद्धिवान प्राण्यांचा. त्यांचा द्वेष करणं म्हणजे जीवनातील एका फार मोठ्या आनंदाला पारखं होण्यासारखं आहे. म्हणूनच प्राणिमात्रांच्या जतन, संरक्षणास आपण आपल्या कुवतीनुसार पुढं यायला हवं.

–०–०–०–

९.

.... आणि सृष्टिदर्शनासाठी बुद्धाने नेत्र उघडले

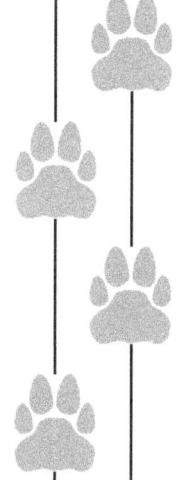

सूर्य डोंगराआड उतरू लागला होता. मेळघाटच्या शुष्कपर्नगळीच्या वनातील पर्णहीन सागवृक्षांची सांजछाया पिपलपडाव पाणवठा परिसरावर पसरू लागली होती. पाणवठ्यावर तांबड्या रंगाच्या लाल डोळ्यांचा भारद्वाज पक्षी वाळलेल्या पानांवरून चालत चालत पाणवठ्याकडे येऊ लागला. पाणवठ्यावर या वेळी तो एकटाच होता. मोठी बाकदार चोच पाण्यात बुडवून पाणी पिऊन तो निघून गेला. भारद्वाज पक्ष्याचे दर्शन शुभ मानतात. आज वन्यजिवांचं दुर्मीळ दृश्य आपणास पाहायला मिळेल असं मनात वाटू लागलं. तसा मी सर्वच पक्ष्यांना शुभ मानतो. कारण पर्यावरणाच्या समतोलात त्यांची भूमिका फार महत्त्वाची आहे.

सातबाया पक्ष्यांचा थवा पाणवठ्यावर उतरला आणि पाणवठा जागा झाला. विविध पक्ष्यांच्या आगमनाने तो बोलू लागला. कोतवाल, टकाचोर, बुलबुल इ. पक्ष्यांची गर्दी आता पाणवठ्यावर होऊ लागली होती. मध्येच कोतवाल पक्षी पाणवठ्यातील पाण्यावर यायचा नि उडता-उडताच किडे टिपायचा. या वेळी त्याच्या पंखांचा गुबुगुबु आवाज यायचा. एवढ्यात निळसर पंखांच्या पांढऱ्या छातीचा खंड्या किलकिलाट करत पाणवठ्यावर आला आणि पाण्यावरील भक्ष्य पकडून बाजूच्याच झाडाच्या एका आडव्या फांदीवर जाऊन बसला. अचानक कुठल्या तरी शिकारी पक्ष्याच्या आगमनाने सर्व पक्षी उडून गेले. पाणवठा आता शांत झाला. इतक्यात बाजूच्या झाडाखालील पाल्या-पाचोळ्यातून हलकासा कचकच आवाज आला. पाहतो तो एक जंगली मुंगूस पाणवठ्याकडेच येऊ लागले होते. तांबड्या-राखाडी रंगाचे

हे मुंगूस मध्येमध्ये दोन पायांवर उभे राहून इकडे-तिकडे पाहत होते. कशाचा तरी गंध त्याला आला असावा. हळूहळू पाणवठ्यावर उतरून ते मनसोक्त पाणी पिऊन दुसऱ्या पायवाटेने निघून गेले.

पाणवठ्याच्या पूर्वेकडून एक हरिणवर्गीय प्राणी येताना माझ्या नजरेस पडला. तो दोन दोन पावलं चालायचा नि थांबून परिस्थितीचा अंदाज घ्यायचा. सुरक्षिततेसाठी त्याचे हे प्रयत्न होते. पाणवठ्याकडे तो हळूहळू येत होता तसतसा त्याचा आकार, रंग स्पष्ट होऊ लागले होते. तो वन्यप्राणी होता भेकर. यालाच भेडकी (Barking Deer) असे म्हणतात. ते आकाराने लहान, तांबसर रंगाचे होते. उंची अंदाजे दोन-अडीच फूट असावी. पर्वत-अरण्यात ते जास्त आढळतात. रानावनात जास्तीत जास्त एकटे एकटे किंवा कधीकधी जोडीने दिसून येतात. याची शेपटी दोन इंचाची असते. पावसाळ्याच्या सुरुवातीला यांची वीण होते. भेडकीचा आवाज भ्यॉऽऽऽ असा कर्कश असून परिसरातील वातावरणाला चिरून टाकणारा असतो. पाणवठ्यातील पाणी ते इकडे-तिकडे पाहून पीत होते. मध्ये मध्ये रोखलेला श्वास मान वर करून सोडत होते. शांतपणे पाणी पिऊन भेकर आता निघून गेले. मृगपक्षिशास्त्रात सांगितल्याप्रमाणे मृगाचे प्रकार १४ आहेत. भेकर हे त्यातीलच एक होय.

एवढ्यात पलीकडून मोराचा मियाँऊ मियाँऊ आवाज ऐकू आला. काही क्षणातच मोर-लांडोरचा थवा पाणवठ्याकडे येऊ लागला. त्यामध्ये काही तरुण परंतु पूर्ण वाढ न झालेले मोरही होते. लांडोरी मात्र पोक्त वाटत होत्या. पाणवठ्याच्या एकाच काठाकडून लांडोरी पाणी पिऊ लागल्या. इतक्यात पलीकडून आपला धूमकेतूसारखा पिसारा मागे सांभाळत मोर पाण्याकडे येऊ लागला. लांडोरीपासून दहा-बारा फुटांवर येऊन तो थांबला आणि आल्या आल्याच त्याने आपला मोरपिसारा उघडला आणि थुईथुई नाचू लागला. एक एक पाय उचलून नाचत तो गोल गोल फिरत होता. मृदंगाची तार झंकारावी तसे त्याचे नाचणे सुरू होते. सुरुवातीचे काही क्षण त्याने समोरून दर्शन दिल्यानंतर आता संपूर्ण पार्श्वभाग आणि फुलविलेल्या पिसाऱ्याची मागील बाजू मला मचाणावरून स्पष्ट दिसत होती. जवळपास तीन-चारशे फुटांवरून मी हे मनोहारी दृश्य कॅमेऱ्यात टिपत होतो. बुद्ध पौर्णिमेच्या सांजवेळी पिपलपडावच्या पाणवठ्यावर बुद्धाचं हे रूप माझ्या कायम स्मरणात राहील. कारण मयूराच्या एका मोरपिसात एक डोळा दिसतो. मयूराच्या अशा एका संपूर्ण पिसाऱ्यात शेकडो नेत्र दिसत होते. त्यामुळे आज बुद्ध पौर्णिमेच्या

बुद्धाने आपले सहस्र नयन उघडून परत एकदा सृष्टीचे दर्शन घेतले असावे, असे मला वाटले. लांडोरींजवळ मयूराचे हे नृत्य मला माझ्या आतापर्यंतच्या अरण्यभटकंतीत आज प्रथमच पाहण्यास मिळाले होते. त्यामुळे मलाही रोमांचित आनंद झाला.

लांडोरीसोबत समागमासाठी, तिला पटवण्यासाठी त्याचे हे रूप न भूतो न भविष्यती असंच वाटत होतं. आपल्या कुळाची वाढ करण्यासाठी निसर्गातील प्रत्येक सजीव सतत प्रयत्नशील असतो. त्यासाठी प्रत्येक नराला निसर्गाने दिलेलं अनोखं सौंदर्य हा त्याचा प्रमुख भाग असतो. प्रजोत्पादन हे सजीव सृष्टीतील महत्त्वाचे कार्य होय आणि त्यामुळेच पर्यावरणाचा समतोल टिकून राहत असतो.

पश्चिमेला सूर्यास्त झाला होता. अंधाराची हलकीशी झूल रानावर पसरू लागली आणि पूर्वेकडून बुद्ध पौर्णिमेचा पूर्णचंद्र डोंगराआडून वर येऊ लागला होता. झाडाझाडांच्या फांद्यांआडून तो डोकावू लागला. दुधाळ चंद्रप्रकाश येऊ लागला आणि काही वेळाकरिता पिपलपडाव पाणवठाही शांत झाला.

चंद्रमा आता पूर्णपणे डोक्यावर आला होता. अख्खं अरण्य त्याच्या प्रकाशात न्हाऊन निघालं होतं. पाणवठ्यातही त्याचं प्रतिबिंब पडलं होतं. सांबरांचा कळप मध्यरात्री पाणवठ्यावर उतरला. नरसांबराच्या आपल्या पायाची खुरं जमिनीवर खदडण्याच्या पद्धतीमुळं भयगंभीर आवाज येत होता. खुरं खदडण्यातून होणाऱ्या जमिनीतील कमीअधिक कंपनामुळे कळपातील इतर सदस्य सावध होत असतात. म्हणून कळपप्रमुख असा इशारा देत असतो. रात्रभर सांबरांचं येणं-जाणं सुरू होतं. भल्या पहाटे रानगवे आणि अस्वलही परिसरात येऊन गेलं. मात्र पाणी न पिताच ते निघून गेले. त्यांना काहीतरी असुरक्षिततेची जाणीव झाली असावी. रानकोंबड्याचे कुकुकुकुर्रकु पहाटेपर्यंत सुरू होते.

पूर्व दिशा उजळू लागली. पाखरांच्या मंजूळ गायनाने दिवसाचं अरण्य जागं होऊ लागलं होतं. मीही मचाणवरून सामान गुंडाळून खाली उतरलो. जाता जाता एकदा पाणवठ्याच्या काठावरील पिवळ्या मातीत मयूराच्या पाऊलखुणा पाहू लागलो आणि त्या पवित्र मातीला नमन करून माणसांच्या गावाकडे परत जायला निघालो.

-०-०-०-

१०.
सर्पमानव

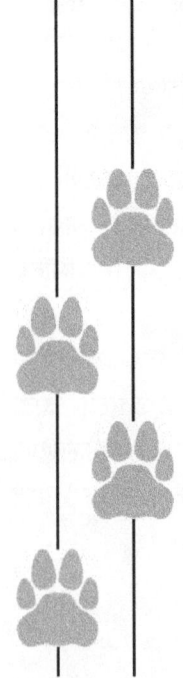

साप- साक्षात काळ. सर्पदंश म्हणजे मृत्यूच, असा जनमानसात चुकीचा समज पसरलेला आहे. घरात किंवा परिसरात साप दिसला की कामधंदे सोडून माणसं लाठ्या- काठ्या घेऊन युद्धभूमीसारखी परिस्थिती निर्माण करतात. त्याला मारण्यासाठी नाही नाही ते प्रकार करतात. मग तो साप विषारी असो की बिन विषारी. परंतु साप हा शेतातील उंदीर, घुशी खाऊन पिकांचे रक्षण करतो. त्यामुळे एकप्रकारे तो शेतकऱ्यांचा मित्र आहे हे लोकांच्या अजूनही पाहिजे त्या प्रमाणात लक्षात आले नाही. साप हा उंदरांचा एकमेव जैविक नियंत्रक आहे. सापाचे पर्यावरणाशी अविभाज्य नाते असून साप नसतील तर उंदीर, घुशीसारखे प्राणी वाढतील. सापांवर जगणारे गरूडवर्गीय शिकारी पक्षी अन्न न मिळाल्याने नष्ट होतील आणि शिकारी पक्षी नष्ट झाल्यामुळे सरडे, बेडूक, पाली तसेच सरपटणाऱ्या प्राण्यांची संख्या अतोनात वाढून असमतोल निर्माण होईल. इतकेच नव्हे तर प्लेगसारखा रोग पसरविणाऱ्या उंदरांची शिकार करून साप मानवाच्या किती उपयोगाचा आहे, हे लक्षात घेतलं पाहिजे. देशाच्या एकूण अन्नधान्यउत्पादनाच्या २५ टक्के धान्य उंदीर फस्त करतात. त्यांवर सापच नियंत्रण ठेवतो. मानवासाठी व निसर्गसंतुलनासाठी एवढं मोठं कार्य करणाऱ्या सापांवर आज शत्रूसारखी परिस्थिती यावी, याबद्दल दुःख होते आणि म्हणून सापांबद्दलचे जनमानसाच्या मनातील भय, अज्ञान दूर व्हावे, त्यांच्याबद्दल जनजागृती व्हावी याकरिता अमरावतीच्या राघवेंद्र नांदे या सर्पमानवाने गेल्या दीड तपापासून सापांना पकडून त्यांना जीवनदान देण्याचा विडा उचलला आहे.

साप हे मुळातच आकर्षक असून ते जीवसृष्टीतील

अत्यंत महत्त्वाचे घटकही आहेत. त्यांची सरपटत पुढे जाण्याची नवलपूर्ण पद्धती, त्यांचे विष, अंग चोरण्याची विशिष्ट लकब या सर्व गोष्टींमुळे त्यांची महत्त्वाच्या परभक्षी प्राण्यांत गणना होणे स्वाभाविक आहे. तसेच ते विध्वंसक वृत्तीच्या प्राण्यांवर परस्पर नियंत्रण ठेवत असल्यामुळे भारतातील अरण्ये, वाळवंटी प्रदेश, पठारी प्रदेश आणि पहाडी भाग यांत नैसर्गिक संतुलन राखले गेले आहे.

भक्ष्य पकडण्यासाठी साप आपल्या जिभेचा उपयोग घ्राणेंद्रियासारखा करत असतो. म्हणून तो आपली जीभ सतत आतबाहेर करत असतो. यालाच 'जॅकब सन्स' असे म्हणतात. नाकावाटे साप फक्त श्वास घेण्याचेच काम करत असतात.

वातावरणातील विविध बदलांमुळे साप जेथे राहतात तेथील वातावरणाशी सुसंगत रंग मिळाल्यामुळे सापाला भक्ष्य पकडताना व शत्रूपासून बचाव करण्याकरिता मदत होते. साप आपलं आयुष्य अतिशय खडतर प्रकारे जगत असतो. कधी खायला मिळालं नाही तर वेळ पडल्यास त्याला तीन-चार महिनेसुद्धा उपाशी राहावे लागते. कधी-कधी एक वर्षसुद्धा. या काळात साप ऊर्जेसाठी त्यांच्या शरीरात साठवलेल्या चरबीचा वापर करतात. म्हणून असे वाटते की, पृथ्वीवर जेव्हा सजीव सृष्टीला जगण्यालायक वातावरण राहणार नाही, तेव्हा त्या वातावरणात केवळ सापच टिकून राहू शकेल.

सापांच्या अभ्यासशास्त्रास Ophilogy असं म्हणतात. या विषयाकडे अलीकडे बरेच अभ्यासक वळू लागले आहेत. निसर्गाकडे बघण्याचा सामान्य माणासाचा दृष्टिकोनही आता बदलू लागला आहे. माणसासहित सजीव या निसर्गाचा घटक असून त्याच्या सृष्टिचक्रात सामील होण्यातच सबंध मानवकल्याण आहे, हे काही प्रमाणात आज लोकांच्या लक्षात येऊ लागलं आहे.

शास्त्रज्ञांच्या मते सापाची उत्क्रांती प्रागैतिहासिक काळातल्या विशिष्ट सरड्यांपासून झाली आहे. भारतात सुमारे २७८ जातींचे साप आढळतात. त्यांपैकी ४९ प्रजाती महाराष्ट्रात आहेत. या जातींत आकार, लांबी, रंग, वैशिष्ट्य अशा सर्व दृष्टींनी खूप वैविध्य आहे. महाराष्ट्रातील सर्वांत लहान साप वाळा (Worm Snake) असून त्याची लांबी केवळ १५ सेंटीमीटर आहे, तर सर्वांत मोठा जाळीदार अजगर (Reticulated Python) हा सुमारे ११ मीटर लांबीचा आहे. सापांच्या फार थोड्या जाती विषारी असून बाकी सर्व बिनविषारी आहेत. सर्व प्रकारच्या वातावरणात साप आढळतो. कळायला लागल्यापासून सर्वच प्राणिमात्रांबद्दल राघवेंद्र या सर्पमानवाच्या मनात कुतूहल होते. लोकांनी मारलेले

साप पाहून मनातून तो अत्यंत दु:खी व्हायचा.

आपण सापांना वाचविण्यासाठी काहीतरी केलं पाहिजे, असं त्याला वाटत होतं. बालपणी राघवेंद्रला आपल्या पित्याकडून निसर्गातील प्रत्येक सजिवांच्या रक्षणाबद्दलचं बाळकडूच मिळालं. शालेय वयातच दप्तराचं ओझं सांभाळता सांभाळता वयाच्या नवव्या वर्षी शाळेतून घरी येताना दुरक्या घोणस हा साप त्याने पकडला. आपल्या दप्तरात टाकून घरी आणला. वडिलांना दाखवून त्याची माहिती मिळविली आणि त्याला जंगलात सोडून दिले. त्यानंतर वयाच्या बाराव्या वर्षी घराच्या परिसरात कोब्रा हा जहाल विषारी साप पकडण्याचा त्याने सपाटा लावला. या छंदाला राघवेंद्रने तपश्चर्येचं रूप दिलं. आज तो सर्पतज्ज्ञ बनला आहे. यासाठी त्याला कठोर परिश्रम व जिद्द बाळगावी लागली. मात्र तो हे स्वत:च्या अनुभवावरून शिकल्याचे प्रामाणिकपणे मान्य करतो. सुरुवातीच्या काळात रोम्युलस व्हिटेकर यांचं 'भारतातील साप' आणि नीलमकुमार खैरे यांचे 'साप' हे पुस्तक सापाबद्दलचे ज्ञान मिळविण्यासाठी अत्यंत उपयुक्त ठरले असल्याचे तो सांगतो.

रात्री-बेरात्री साप निघाल्याचा निरोप आला, की हा राघवेंद्र आपल्या दुचाकीवर निघून तेथे पोचतो. नाग-मण्यारसारखे जहाल विषारी साप पकडतो आणि शक्य असेल तर त्याच दिवशी त्यांना जंगलात सोडून देतो. आजपर्यंत या सर्पमानवाने थोडेथोडके नव्हे तर जवळपास १४ ते १५ हजार विषारी, बिनविषारी साप पकडून त्यांना जीवदान दिलं आहे. कित्येकदा सर्पदंश झालेल्या व्यक्तीला सरकारी दवाखान्यात जाऊन तो मानसिक आधार देतो. योग्य उपचार सुरू आहे की, नाही यावर देखरेख ठेवतो. एवढेच नव्हे तर तो पूर्ण बरा होईपर्यंत त्याच्या सतत संपर्कात राहतो. सर्पदंशानंतर योग्य उपाय केले, तर माणूस वाचू शकतो हे इतरांना दाखविण्याचा त्याचा प्रयत्न असतो. साप पकडणारे व जनजागृती करणारे असंख्य शिष्य राघवेंद्रनी विदर्भात तयार केले आहेत. त्यांचे कार्य व जनजागृती पाहून राघवेंद्र नव्हे नागवेंद्रला आनंद वाटतो. कॉल आल्याबरोबर राघवेंद्र किंवा त्याचे शिष्य तेथे जाऊन साप पकडतात. तेथे जमलेल्या लोकांना त्या सापाबद्दल ज्ञान देतात. विषारी, बिनविषारी समजून सांगतात. निसर्गातील सापाचे महत्त्व पटवून देतात आणि मग त्या सापाला योग्य अशा अधिवासात सोडून देतात. मानवासहित प्रत्येक जीव हा निसर्गाचा घटक आहे. आपआपल्या परीनं प्रत्येकाचं आपलं महत्त्वाचं स्थान आहे. त्यासाठी प्रत्येकाने एकमेकांचा आदर करावा. जगा आणि जगू द्या हे तत्त्व पाळा. तरच निसर्गातील पर्यावरणाचा समतोल

साधला जाईल असं तो कळकळीनं सांगतो.

एम. एस्सी. (बॉटनी) झालेल्या राघवेंद्रने काही काळ लेक्चरशिपही केली. परंतु सापांबद्दलच्या जनजागृतीच्या कामात अडथळा आल्याने त्याने ती नोकरीही सोडली. आज तो थोडावेळ संगणक हार्डवेअर मेंटेनन्सची कामं करतो. परंतु या कामालाही तो फारसा वेळ देऊ शकत नाही. तो म्हणतो, ''माझ्या जीवनात कमीत कमी वेळात कमी धोका पत्करून जास्तीत जास्त साप पकडून त्यांना जीवनदान देणे हेच माझे प्रमुख ध्येय आहे आणि त्यासाठी मी आयुष्यभर झटत राहणार आहे. माणसाला स्वातंत्र्यासाठी लढा द्यावा लागला. प्राणिस्वातंत्र्याचा विचार कोण करणार? हा एक अस्तित्वाचा लढा आहे. त्यासाठी घरच्यांची, मित्रांची मदत होते. पण शासकीय मदतीच्या मी अपेक्षेत आहे. साप व इतर सजीव प्राण्यांशी माझं काहीतरी नातं आहे आणि त्यांच्याकरिता आपण काही तरी केलं पाहिजे हे माझं अंतर्मन सांगतं,'' राघवेंद्रला सुरुवातीच्या काळात लोकांचा प्रचंड विरोध सहन करावा लागला. परंतु आता परिस्थिती पूर्णपणे बदलली आहे. आता सर्वजण त्याचा आदर करतात. सापांविषयी माहिती घेण्यासाठी त्याच्याकडे येतात. प्रत्येकाने या कामात पुढाकार घेतला पाहिजे. उन्हाळा आणि पावसाळ्याच्या मध्यापर्यंत २४ तासांत तो २५ ते ३० साप पकडण्याचे कॉल अटेंड करतो. चोवीस तासांत तो कधीही कॉलवर जाण्यास तयार असतो. कधी कधी तो ९० किलोमीटरपर्यंत जाण्याची तयारी ठेवतो. त्याला या कामात आनंद मिळतो, असं तो सांगतो. कित्येकदा हे काम राघवेंद्रच्या जिवावरही बेतलं आहे. एकदा साडेसहा फुटी कोब्रा पकडला. लोकांनी गर्दी केली. लोटालोटी झाली. राघवेंद्रचं लक्ष किंचित विचलित झालं आणि हातातील कोब्राने त्याच्या डाव्या हाताच्या अंगठ्याला कडकडून चावा घेतला. त्या अवस्थेतही त्याने तो आपल्या बॅगेत टाकला व सरकारी दवाखान्यात उपचारासाठी दाखल झाला. विष जास्त पसरल्याने राघवेंद्रच्या उजव्या हाताचा अंगठा तोडावा लागला. आठ दिवस दवाखान्यात राहवे लागले. परंतु त्याही काळात त्याचे लक्ष घरी पकडून ठेवलेल्या ४० ते ५० सापांकडेच होते. त्यांना स्वातंत्र्य देण्यास उशीर झाल्याचे दुःख त्याला होत होते. दवाखान्यातून सुटका झाल्याबरोबर त्याने प्रथम पकडलेल्या सर्व सापांना अरण्यात सोडून दिले.

एकदा ३० फूट खोल विहिरीत उतरून नाग पकडता पकडता तेथे आणखी दोन नाग आढळून आले. परिस्थिती आणीबाणीची होती. परंतु त्याही अवस्थेत

त्या परिस्थितीवर राघवेंद्रने नियंत्रण मिळविले आणि तीनही नागांना पकडून वर आणले. 'एकदा एका ठिकाणी रात्री बारा वाजता नाग पकडला. संबंधितांकडील पोत्यात तो टाकून आपल्या दुचाकीच्या हँडलवर ठेवला. गाडी चालविता चालविता तो पोत्याला असलेल्या भोकातून वर आला आणि फणा काढून माझ्यासमोर उभा झाला. अशा अटीतटीच्या वेळी मग गाडीचा वेग हळूहळू कमी करून गाडी थांबविली. मागे बसलेल्या सहकाऱ्यास उतरण्यास सांगितले व गाडी हळूच साईड स्टँडवर उभी केली व परत हळूच त्या नागास पकडले व सुटकेचा निश्वास सोडला.' असे प्रकार या कामात घडतच असतात. परंतु त्यावर मार्ग काढणे आवश्यक असते, असे राघवेंद्र सांगतो.

महाराष्ट्रातील ४५ सापांपैकी ३२ सापांची नोंद राघवेंद्रने अमरावती जिल्ह्यात केली आहे. यात पिवळ्या पट्ट्याचा कवड्या, जाड रेत सर्प, चंकुवाळा सर्प, गजरा सर्प, अंडीखाऊ सर्प, आणि रसेल्स् कुकरी या सापांचा प्रथम शोध या भागात त्याने लावला असून बॉम्बे नेचर हिस्ट्री सोसायटीने त्याची नोंदही केली आहे.

गेल्या सतरा वर्षांपासून या कामात रुची दाखविणारी बरीच तरुण मुले या सर्पमानवाला मिळाली. त्यानं या मुलांना सापाविषयी ज्ञान दिले. पकडायचं प्रशिक्षण दिलं. नंतर या कामात त्यांची समाजात ओळख झाली. अशा असंख्य मित्रांशी राघवेंद्रचे रक्तापेक्षाही जवळचे नाते निर्माण झाले. आज ही मुलं स्वत:हून या कामात गुंतली पाहून त्याला अत्यंत आनंद होतो. त्याच्या मते निसर्गच ही प्रेरणा मानवाला देत असावा. मण्यार चावलेल्या नऊ वर्षांच्या मुलाला मध्यरात्री सरकारी दवाखान्यात औषध नसल्याने जीव गमवायची पाळी आली होती. परंतु राघवेंद्रच्या ही गंभीर परिस्थिती लक्षात येताच त्याने शहरातील नामांकित औषधाच्या साठेदाराला झोपेतून उठवले. मेडिकल स्टोअर उघडून औषध घेतले व सरळ दवाखान्यात येऊन त्या मुलाला ते डॉक्टरांनी देताच २ तासात मुलगा बरा झाला, वाचला. याचा आनंद शब्दांत न सांगण्याजोगा आहे, असे राघवेंद्र सांगतो. परंतु औषध देणाऱ्या विक्रेत्याचेही तो मनापासून आभार मानतो. विषारी साप चावलेल्या व्यक्तीला २० मिनिटांत एका सलाईनमधून शंभर मि.ली. चे ॲन्टीस्नेक औषध गेलेच पाहिजे. अल्कोहोल घेणाऱ्यांना हे औषध पूर्णपणे लागू पडत नसल्याने त्यांच्या जिवाला धोका असतो, असेही तो सांगतो.

नागाचा दंश झालेल्या जागी जळजळ होते. काही वेळातच तेथे सूज येते. अंग जड होऊन हातपाय गळाल्यासारखे वाटतात. डोळ्यांच्या पापण्या नियंत्रण न

राहिल्यामुळे मिटू पाहतात. तोंडातून लाळ गळू लागते. मळमळ व उलट्या होऊन घाम फुटतो. श्वास जड होऊ लागतो. बोलता येत नाही. गिळण्यास त्रास होतो. बऱ्याच वेळी दातखीळही बसते. अतिजहाल मण्यार चावल्याच्या ठिकाणी जळजळ होत नाही. सूज येत नाही. मात्र काही वेळाने पोटात आणि सांध्यात अतिशय वेदना होऊ लागतात. तर घोणस, फुरसे हे विषारी साप चावल्यावर दंशाच्या ठिकाणी तीव्र वेदना होऊन तेथे सूज येते. कधी-कधी तेथे फोडही येतात. नाडीचे ठोके अनियमित होतात. कित्येकदा नाका-तोंडावाटे व लघवीतून रक्त पडते.

एखाद्या व्यक्तीस सर्पदंश झाल्यास दंश झालेल्या जागी जळजळ झाली नाही किंवा सूज आली नाही किंवा वरील कोणतीही लक्षणे दिसून आली नाहीत, तर चावलेला साप हा बिनविषारी आहे, असे समजावे. कुठलाही साप चावल्यास प्रथम जखम स्वच्छ धुऊन वरच्या भागात आवळपट्टी बांधावी. जेणेकरून हृदयाकडे रक्तपुरवठा होणार नाही. त्यानंतर त्वरित सरकारी दवाखान्यात उपचारासाठी जावे.

सापाबरोबर राघवेंद्रला पशु-पक्ष्यांचीही आवड आहे. कित्येक जखमी प्राण्यांवर त्याने आतापर्यंत उपचार केले आहेत. यात आहेत गरूड, घुबड, वानर, कुत्री इ. ते तंदुरुस्त झाल्यानंतर त्यांना त्यांच्या विश्वात मुक्त सोडले जाते. तो म्हणतो- 'मला कुठलाही जखमी प्राणी किंवा पक्षी दिसला, की तो मी घरी घेऊन येतो. त्यावर उपचार करतो. हे करत असताना मला जो आंतरिक आनंद मिळतो तो वर्णन न करण्याजोगा आहे. सबंध आयुष्यभर मी हे करत राहणार आहे. गारुड्याकडून पकडलेल्या जखमी सापांवरसुद्धा तो स्वत: उपचार करतो. या कामी सुरुवातीला पशुवैद्यकीय डॉक्टरांची त्याला मोलाची मदत झाली. आता हे उपचार तो स्वत: करतो. साप व इतर प्राणिमात्रांबद्दल जनजागृती व्हावी म्हणून त्याने अमरावतीत सावन देशमुख, शेखर ठवळी इ. प्रमुख सहकाऱ्यांसोबत कार्स ही संस्थाही स्थापन केली आहे.

अलीकडे सर्पमित्रांचे नागासारख्या जहाल विषारी सापाचे चुंबन घेण्याचे प्रकार वाढत आहेत, याबद्दल सर्पमानव राघवेंद्रला विचारले असता तो म्हणाला- ''हा प्रकार अत्यंत वाईट आहे. साप हा काही खेळणं नव्हे. तो एक जीव आहे. त्याचे चुंबन घेणे हा एक मृत्युखेळ आहे. यामुळे समाजात वाईट संदेश पोचतो. त्याची प्रसिद्धी करणे हे त्याहीपेक्षा चुकीचं आहे.''

सापाबद्दलचे अज्ञान दूर करण्यासाठी हे प्रयत्न अपुरे आहेत. त्यासाठी फोटो प्रदर्शन, लेख लिहिणे, पुस्तक लिहिण्याचा राघवेंद्रचा मानस आहे. भविष्यात

जखमी प्राण्यांसाठी या परिसरात प्राणी-अनाथालय उभारण्याची त्याची तीव्र इच्छा आहे. याकरिता त्याला हवे आहे प्रत्येकाचे सहकार्य. मदत. लोकांच्या आणि सरकारच्या सहकार्याशिवाय हे शक्य नाही, असे तो सांगतो. सर्पमुक्तीच्या आपल्या ध्येयापासून इतरत्र भटकू नये म्हणून राघवेंद्रने लग्नसुद्धा केले नाही. ध्येयप्राप्तीसाठी काही गोष्टींचा त्याग केला पाहिजे, असे तो सांगतो.

प्रजननासाठी स्वजातीय सापच एकत्र येतात व मिलनानंतर पुन्हा एकटं आयुष्य जगत असतात. विजातीय सापांचे मिलन होत नाही. सापांचा प्रजननकाळ प्रजातीवरून बदलत असला, तरी बरेच साप उन्हाळ्यातही अंडी घालतात. पूर्ण उन्हाळा निघून गेल्यानंतर जेव्हा मृग लागतो, तेव्हा त्यांची पिल्लं बाहेर पडतात व पाण्याबरोबर जे बेडूक निघतात त्यावर त्यांचे पोट भरत असते. निसर्गानेच ही व्यवस्था केली आहे.

साप डूख धरतो, साप दूध पितो, सापाच्या अंगावर केस असतात, डोक्यावर नागमणी असतो, रात्री शीळ किंवा बासरी वाजवल्याने साप घरात येतो, मंत्रातंत्राने सापाचे विष उतरवतात, दंश करताना उलटा झाल्याशिवाय साप विष टोचू शकत नाही इ. बऱ्याच अंधश्रद्धा सापांविषयी आहेत.

आज जंगलाचं रूपांतर शेतजमिनीत होत आहे. शेतजमिनीचं गावात. गावाचं शहरात आणि शहराचं रूपांतर महानगरात होत असल्याने सापांची वसतिस्थानं प्रचंड प्रमाणावर कमी कमी होत आहेत. हे अतिक्रमण थांबवलं पाहिजे. नाही तर निसर्गातील सापांचे अस्तित्व संपुष्टात येईल आणि उंदीर, घुर्शीचे प्रमाण वाढून पर्यावरणसंतुलन बिघडून जाईल. याला जबाबदार केवळ माणूसच राहील.

४० वर्षांच्या अमरावतीच्या या राघवेंद्र नांदे नावाच्या सर्पमानवाने प्राणिमात्रांना जीवनदान देण्याचे जे पवित्र कार्य हाती घेतले आहे, ते निश्चितच प्रेरणादायी असेच आहे. पर्यावरण रक्षणाच्या कामात मोलाची कामगिरी बजावणारे आहे. सापांविषयी जनजागृतीचे काम जीवनाच्या अंतिम श्वासापर्यंत चालू ठेवण्याचा त्याचा प्रचंड आत्मविश्वास त्याला आपल्या ध्येयपूर्तीकडे नेणार आहे. असा हा त्यागी, ध्येयवेडा सर्पमानव आज संपूर्ण विदर्भासाठी भूषणावह ठरला आहे.

-०-०-०-

११.
हिरव्या रानाचं देणं : शेंडीवाला रेडवा

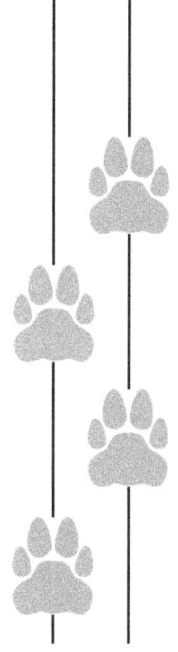

अकोट-पोपटखेडनंतर खटकाली वनचौकी ओलांडून दक्षिण मेळघाटमध्ये प्रवेश केला. दोन्ही बाजूंनी नागमोडी वळणाच्या डांबरी रस्त्याच्या काठापासून पर्वतराजीच्या शिरापर्यंत सृष्टीने हिरवाकंच शालू पांघरला होता. दूरदूरपर्यंत हिरव्यागर्द तृणमेळ्यातून रानवाटेवरचा प्रवास आल्हाददायी वाटत होता. दोन-तीन फुटांच्या गवतात दोन्ही बाजूंना कळलावी, रानहळद, रानपराटी, रानझेनिया, रानतिवडी इ. फुलांच्या पायघड्या अंथरल्या होत्या. रानफुलांनी रानवाटेला ऋतुसाज चढविला होता. चोहीकडे वृक्षलता एकमेकींच्या हातात हात घालून अंगावर श्रावणधारा झेलत होत्या. हिरव्या-हिरव्या रानातून वाहणारे नदी-नाले भरभरून वाहत होते. दगडधोंड्यांवरून उतरणारे शुभ्र फेसाळ पाणी रानाला साद घालत होते.

दोन्ही बाजूंना उंच-उंच हिरव्या पानांनी लदबदलेल्या सागवृक्षांनी पर्वतराजीतील नागमोडी रस्त्यांवर छत्रछाया धरली होती. ऊनसावलीच्या लपाछपीत श्रावणी उन्हाचे कवडसे त्यातून या रानवाटांवर उतरत होते. मेळघाटच्या अरण्य सागरातील प्रत्येक सागवृक्ष पांढऱ्या मोतीदार फुलांच्या पिंजारलेल्या ढगांनी झाकला होता. रानवाऱ्यामुळे नभात जशी ढगांची धावपळ दिसते, तसेच दृश्य या समृद्ध वनसृष्टीत पाहण्यास मिळत होते. काही ठिकाणी डोंगरशिळांना पाझर फुटला होता. अशा वेळी दरडी कोसळण्याच्या घटना या भागात घडत असतात. काही ठिकाणी आम्हाला ते अनुभवायला येत होते. परंतु वर्षाऋतूतील जंगलभटकंती हा प्रमुख उद्देश असल्यामुळे अशा घटनांकडे दुर्लक्ष केले जाते.

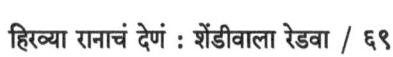

रस्त्याच्या कडेवरील तृणमेळ्यातील रानफुलांचे निरीक्षण करत, त्यांना स्पर्शत त्यांची छायाचित्रे घेत घेत बेलकुंडच्या रानात प्रवेश केला. येथील हिरव्यागर्द वनराईतून वाहणाऱ्या सूर्यगंगा नदीवर १२५ वर्षांपूर्वी इंग्रजांनी दगडी पूल बांधला आहे. या पुलाखाली नाल्याचे पाणी येऊन काळ्या शिळांवरून धो-धो आदळत होते. त्याचा आवाज जंगलात वादळ आल्यासारखा वाटत होता. तेथून पुढे हा नाला बेलकुंड डोहात उतरून पुढे खाली हिरव्या घनगर्द वनात जातो. निसर्ग-सौंदर्याच्या जादूई रूपानं मलाही मोहित केलं होतं. वसंत, ग्रीष्म, वर्षा, शरद, हेमंत आणि शिशिर या सहा ऋतूंमधील वर्षा ऋतूचं हिरवं सृष्टिसौंदर्य रानभूल लावणारं असतं. दूरदूरपर्यंत पसरलेली ही विस्तीर्ण हिरवी सृष्टी मुक्तपणे देण्याचंच काम करताना दिसते. अथांग अरण्यसागराच्या अंतर्मनात जेव्हा आपण निःस्वार्थ भावनेने भटकत असतो, तेव्हा नकळतच नतमस्तक होऊन जातो आणि त्यातून भावनांचं पावित्र्य काय असतं, हे समजू लागलं.

आजूबाजूच्या हिरव्या हिरव्या शेतांतील पिकं कंबरेपर्यंत आली होती. काळ्या आईने हिरवे वस्त्र परिधान केले होते. पाखरांची हालचाल वाढली होती. या काळात बहुतेक पाखरांची पिल्लं घरट्यात दिवसेंदिवस मोठमोठी होऊ लागतात. त्यांना त्यांचे माय-बाप भरपूर अन्न खाऊ घालतात. त्यांची ही धावपळ दुरूनच लक्ष वेधून घेते. शेतातील पिकांची पशुपक्ष्यांनी जास्त नासधूस करू नये म्हणून डोंगर पायथ्याच्या शेताशेतांमधील उंच भागाच्या मचाणावर आदिवासी स्त्री-पुरुष उभे राहून गोफणीद्वारे किंवा मोठ्याने आवाज करत रानपाखरांना पिटाळून लावताना दिसत होते. अशाच एका शेताजवळ सूर्यफुलांच्या शेतात पोचलो. हिरवी-हिरवी शेतं दूरवर हिरव्या पर्वतरांगांपर्यंत पसरली होती. सूर्यफुलांवर सांजवेळीची उन्हे उतरली होती. त्यामुळे ती अधिकच खुलून दिसत होती. दोघांनीही सूर्यफुलांची वेगवेगळ्या कोनांतून छायाचित्रं घेण्याचा सपाटा लावला. मन शांत होतच नव्हतं. सूर्यप्रकाशावर वाढ होणाऱ्या सूर्यफुलांमध्ये सूर्याचे रूप पाहण्यास मिळते. हिरव्या हिरव्या शेतात ही सूर्यफुलांची झाडं पाहिली म्हणजे सूर्याने पृथ्वीवर पाठविलेले त्याचे सगेसोयरेच वाटतात.

आपल्या आकाशगंगेत ग्रह-तारे जसे सूर्याभोवती फिरत असतात, तसे किडे-कीटक, फुलपाखरं, पक्षी या सूर्यफुलांभोवती पिंगा घालताना दिसत होते. सूर्यफूल हेही सजीव सृष्टीचं एक रहस्यच आहे. एवढ्यात रोडवर उभ्या असलेल्या रणजित राजपूत या रानसख्याने त्वरित परत येण्यासाठी रानशीळ घातली. छायाचित्र

घेण्यात मग्न झालेले आम्ही दोघेही धावपळ करत गवती वेली आणि झुडपांवर सावधपणे पाय देत देत रस्त्यावर आलो. तो काय आश्चर्य? शेताच्या काठावरच्या पाषाणाजवळ गवती झुडपांमध्ये गवताच्या पात्यापात्याने विणलेले वाटीसारखे घरटे होते. त्यात होती दोन इवलीशी पिल्लं. ती चोची उघडून मायबाप येण्याची वाट पाहत होती. पिल्लं कसली? ते होते चार-पाच दिवसांचे मांसाचे गोळेच. एवढ्यात कबऱ्या रंगाची ठिपक्याची मादी चोचीत पिल्लांसाठी भक्ष्य घेऊन आली. घरट्यात ती जाताच पिल्लांची हालचाल वाढली. दोन्ही पिल्लं आपआपल्या परीने चोची वर करून आईला- पहिले माझ्या चोचीत, पहिले माझ्या चोचीत असे सांगत होती. मोठ्या पिल्लाची चोच जास्त आऽ केलेली होती. आईने अन्न भरविले आणि परत तिने अन्न आणण्यासाठी भरारी मारली. मागोमाग चिमणीएवढ्या आकाराचा काळ्या-तांबूस रंगाचा डोक्यावर सुंदर काळा तुरा असलेला पिल्लांचा बाप चोचीत अन्न घेऊन आला नि घरट्यात जाऊन आपल्या पिल्लांना भरवू लागला. तो परत गेला की मादी अन्न घेऊन यायची. एकसारखा त्यांचा उपक्रम सुरू होता. मी घरट्यापासून पाच-सात फूट अंतरावरून पहिजे तशी छायाचित्रे श्वास रोखून काढत होतो. आमच्यापासून काही धोका नाही हे त्यांना समजल्याने दोघेही नर-मादी बिनधास्त आळीपाळीने चोचीत अन्न घेऊन यायचे, पिल्लांना भरवायचे आणि परत जायचे. घरटे, त्यातील पिल्लं, त्यांचे मायबाप या सर्वांची छायाचित्रं घेऊन थोडा थकवा जाणवत होता. त्यामुळे मी रस्त्यावर येऊन एक मोकळा श्वास सोडला. दोन घोट पाणी घशात ओतले आणि शांत झालो. घरट्यातील ही दोन बाळं (पिल्लं) होती शेंडीवाला रेडवा (Creasted bunting) या दुर्मीळ अशा सुंदर पक्ष्याची. दोन-अडीच दशकांच्या अरण्यभटकंतीत ती मला आज प्रथमच अनुभवायला मिळाली होती. निरीक्षण करण्यास मिळाली होती. त्यामुळे त्यांची वेगवेगळी छायाचित्रे मनसोक्त घेता आली होती.

याचे सर्व श्रेय मी माझे अधिकारी निसर्गमित्र तसेच साहित्यिक रणजित राजपूत यांना देतो. त्यांचे आभार मानतो. पृथ्वीवरील पक्षिकुळात नरपक्ष्यांनाच एवढे सौंदर्य का? याचे कारण अशा सौंदर्यामुळे माद्या त्या नरावर भाळतात. आपली पिल्लंही अशीच सुंदर व्हावीत म्हणून त्यांच्याशी जुगतात व आपला वंशवेल वाढविण्यासाठी प्रयत्न करतात.

'शेंडीवाला रेडवा' (Creasted bunting) हा देशी स्थानिक स्थलांतरित पक्षी आहे. नर आकाराने चिमणीपेक्षा किंचित मोठा असून रंगाने भारद्वाज

पक्ष्यासारखा असतो. डोक्यावरील काळ्या तांबूस रंगाचा तुरा त्याच्या सौंदर्यात अधिक भर घालतो. त्याची शेपटी व पंख लाल भुऱ्या रंगाचे असतात. मादी गर्द भुऱ्या वर्णाची असते. भारतात काश्मीर, पूर्व आसाम, माउंट अबू, राजस्थान, मध्य भारतात दक्षिण महाराष्ट्रात (सातारा), बिहार येथे त्यांचे वितरण असून ऋतुमानाप्रमाणे ते स्थानिक स्थलांतर करणारे आहेत. एप्रिल ते ऑगस्ट हा या पक्ष्यांचा विणीचा हंगाम असून पाषाणयुक्त माळराने, वनातील शेतीचा प्रदेश ही त्यांची निवासस्थानं आहेत. डोंगराच्या पायथ्याशी गवती झुडपांमध्ये नर-मादी गवताच्या पात्याने वाटीच्या आकाराची घरटी बांधतात. मादी तीन-चार अंडी देते. अंड्यातून पिल्लं बाहेर पडल्यावर नर-मादी दोघेही पिल्लांना अन्न भरविणे, त्यांचे रक्षण करणे इ. कामे जबाबदारीने करतात. हिमालयाच्या पायथ्याशी १५०० ते १८०० मीटर उंचावरही हे पक्षी घरटी बांधतात. मादी पिक् पिक् तर नर विच् विच् विच् व्ही असा आवाज करतो.

असा हा डोंगराच्या पायथ्याशी हिरव्या रानावनात राहणारा इंद्रधनू सौंदर्याचा शेंडीवाला रेडवा (Creasted bunting) पक्षी, त्याच्या संपूर्ण कुटुंबासह निरीक्षण करायला मिळणं हे या हिरव्या हिरव्या श्रावणी अरण्यातील भटकंतीचं यशच म्हणावे लागेल. श्रावण म्हणजे भक्ती आणि पूजेचा महिना. शहरात, गावात, डोंगरदऱ्यांत असलेल्या शंकराच्या पूजेत बेलफुलं अर्पण करण्यात भाविक गुंग झालेले असतात. मी मात्र रानावनातील हिरव्या सौंदर्यात सजीव सृष्टीच्या शोधात भटकत असतो. कारण माझा परमेश्वर येथील अरण्यरूपी स्वर्गात आहे. तो मला नेहमीच अनंत रूपांत भेट देत असतो. कधी वृक्षलतांच्या, कधी फुलांच्या, कधी पाखरांच्या तर कधी प्राण्यांच्या जीवनाचे रहस्य उलगडवून दाखवत असतो. ते असतं हिरव्या रानाचं देणं 'शेंडीवाला रेडवा' पक्ष्याच्या रूपात.

-o-o-o-

१२.
केकतपूरचा क्रौंच

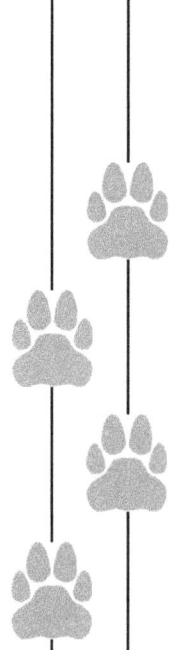

दुचाकीनं अमरावतीपासून ३० किलोमीटर अंतरावरील केकतपूर हे माणसांचं गाव ओलांडलं. शांत-सुस्वर निर्झरातून वर निघालो.शेतांच्या मधून जाणारा बैलबंडीचा हा रस्ता. उन्हं उतरू लागली होती. हवा थंड होती. झाडाझुडपांतील पाखरांच्या स्वरांनी सगळा परिसर भारून गेला होता. रायमुनियाच्या निळ्याकाळ्या गुच्छेदार मोत्यासारख्या फळांवर बुलबुल, शिंपी, मुनिया पक्ष्यांची चहलपहल होती. बाजूलाच गाडी उभी केली आणि पायी जलाशयाकडे निघालो. राव्यांचा थवा कडूनिंबावर उतरला. त्यांची एकच कलाहल सुरू झाली. रानपावलांनी मी हळूहळू तळ्याच्या काठावर पोचलो. काठावरची जमीन थेट पाण्यापर्यंत वाळक्या गवती वनस्पतीने झाकली गेलेली होती. त्यावर पाय ठेवताच दलदलीत आत गेल्यासारखे जात होते. पायाखालून गढूळ पाणी वर यायचे. त्यात बूट ओले होत होते. वाळलेल्या जागी बारीक भेगेतून तुडतुडे, किडे, कीटक बाहेर येत होते. प्राण्यांच्या आणि पाखरांच्या पांढऱ्या विष्ठेचा भपकारा येत होता. तुतवार, देव टिटवा एकमेकांमागे धावत होते. चंडोलचे घोळके चरत होते. त्यांतला एखादा उंच उडे आणि खाली डोकं करून जमिनीकडे सुळकांडी घेऊन सुरेख शीळ घाली. काळ्यापांढऱ्या परिटणी लांब शेपूट खालीवर करत यायच्या अन् किडे टिपून भुर्रकन उडून जायच्या. नदी सूरय पक्षी निळ्या निळ्या जलाशयाच्या पाण्यावरून अंदाजे पंधरा फूट उंचीवरून पाण्याकडे अर्जुनासारखी नजर व चोच ठेवून फिरत होता. मासा नजरेत पडताच झटदिशी पलटायचा आणि पाण्यात सूर मारून चोचीत भक्ष्य पकडून आणत होता. मात्र प्रत्येक प्रयत्नात तो यशस्वी होत नव्हता.

अख्खं तळं आपलंच आहे या थाटात तो तळ्यावरून येरझारा मारत होता.

आल्याआल्याच डोक्यावरच्या नभात हवेवर तरंगत, हळुवारपणे घिरट्या घालत काळा करकोचा आपल्या मादीसह पलीकडच्या काठावर तृणांमध्ये उतरला. तेथे अगोदरच राखट हिरव्या रंगाचे, डोके व मान काळी असलेले सुंदर पक्षी होते. त्याच्या मानेवर खालपर्यंत तसेच छातीवरही पिसे होती. पांढऱ्या कानावर पिसांचा सुबक झुबका होता. ते अस्पष्टपणे माझ्या नजरेत पडले. आकाराने ते गिधाडाएवढे दिसत होते. मी अलीकडच्या काठावर, मध्ये जलाशय, पलीकडे हे नवीन पक्षी. माझे आणि त्यांचे अंतर असावे साधारणत: दीड हजार फुटांचे. त्यांच्यापर्यंत कसे जावे, असा मला प्रश्न पडला. तलावात पोचणाऱ्या नाल्याला वळसा घालून जायचे म्हटले तर मैलभराचे अंतर पार करावे लागत होते. त्यात वेळही भरपूर जात होता. म्हणून मी होतो तेथेच ठाण मांडून बसण्याचा निर्णय घेतला. हातात कॅमेरा सज्ज होताच. डावीकडच्या दिगंतरातून एक काळा ढग येताना दिसला. हळूहळू तो माझ्या डोक्यावरून जलाशयापलीकडे निघून गेला. मात्र त्या वेळी एखादं वादळ यावं असा आवाज नभातून येत होता. तो होता 'मराल' पक्ष्यांचा थवा. शेकडो पक्ष्यांच्या पंखांचा फडफडण्याचा तो आवाज होता. काही वेळाने पलीकडच्या काठावरून हलकासा कर्र कर्र आवाज कानात घुसू लागला. राखट हिरव्या रंगाच्या चार सुंदर पक्ष्यांची हालचाल नजरेस पडली. अंतर बरेच असल्याने डिजिटल कॅमेऱ्यात त्यांना कसेबसे टिपण्याचा मी प्रयत्न करत होतो. काढलेले छायाचित्र झूम वाढवून पाहू लागलो आणि मी आश्चर्यचकित झालो. माझा यावर विश्वास बसेना. आनंदाला पारावार राहिला नाही. कारण २५-३० वर्षांच्या अरण्यभटकंतीत आणि पक्षिनिरीक्षणात पहिल्यांदा या सुंदर, मनोहारी पक्ष्याचे दर्शन मला झाले होते. तो होता पृथ्वीच्या उत्तरेकडून आलेल्या परदेशी स्थलांतरित 'क्रौंच' पक्ष्यांचा थवा. त्यांच्या छायाचित्रासाठी मी अंदाजे एक तास नटराज अवस्थेत दलदलीत उभा होतो. एवढ्यात दिगंतरातून या पक्ष्यांचा थवा येताना दिसला. इंग्रजी व्ही (V) आकारात तो येत होता. नभाला कंठ फुटला होता. त्यातून कर्र कर्र आवाज येऊ लागला. लगेच थवा एकत्र गुच्छासारखा झाला. क्षणातच परत त्यांची माळ बनली. गुच्छ बनून एकत्र येण्यामागे ते एकमेकांशी काहीतरी संवाद साधत असावेत. उतरण्याच्या ठिकाणी काही धोका किंवा अडथळा असल्यास ते सतत उडत असतात. कदाचित माझ्या उपस्थितीची किंवा जलाशयात मासे पकडण्याऱ्या माणसाची चाहूल त्यांना लागली असावी.

ते तसेच उडत माळेने नभातून जलाशयावरून पलीकडे निघून गेले. अशीच एखादी क्रौंचमाळ मग एखाद्या पर्वताच्या गळ्यात जाऊन पडते. कधी एखाद्या सरितेच्या, तर कधी जलाशयाच्या तर कधी हिरव्या-हिरव्या गव्हाच्या पिकांचे वस्त्र नेसलेल्या धरणीमातेच्या गळ्यात. हे दृश्य पाहणे म्हणजे स्वर्गीय सुखाची अनुभूती असते. त्यातूनच मला चैतन्य मिळत असते.

'क्रौंच' (Demoiselle Crane) या पक्ष्याचे शास्त्रीय नाव Anthropoides Virgo (Linnaeus) असे असून आकाराने ते गिधाडाएवढे असतात. मराठीत याला 'कांड्या करकोचा' असे म्हणतात. उंचीने हा पक्षी एक मीटरपर्यंत असतो. रंगाने राखट हिरवा तर डोकं आणि मान काळी असते. डोक्यावर पिसे असून क्रौंचच्या कानावरील भोकावरही पांढरी पिसे असतात. नर-मादी दिसायला सारखीच असतात. हिवाळ्यात हे सुंदर-सुबक पक्षी दक्षिण युरोप, उत्तर आफ्रीका, मध्य आशिया, मंगोलिया, अल्जेरिया, येथून हजारो किलोमीटरचा प्रवास करून भारतात येतात. नदीकाठ, झिलाणी, जलाशये, भात, गहू, हरभऱ्याची शेती येथे ते असतात. मे ते जुलै या काळात क्रौंच पक्ष्यांची वीण होते. नराचे प्रणयनृत्य अत्यंत विलोभनीय असते. एका पायावर उभं राहून पंख वर करून तो नाचत असतो. एक ते दीड फुटाचे गवताचे घरटे नर-मादी बनवते. ते दलदलीच्या किंवा झिलाणीच्या काठावर असते. असा समज आहे की, क्रौंच जातीच्या पक्ष्यांची नर-मादीची जमलेली जोडी आयुष्यभर एकच राहते. कुणाही एकाचा मृत्यू झाल्यास दुसरा जन्मभर एकटाच राहतो, अथवा प्रायोपवेशन करून मृत्यूला जवळ करतो.

स्थलांतर (Migration) हा पक्षिविज्ञानातील आजपर्यंत न सुटलेला आणि अत्यंत महत्त्वपूर्ण प्रकार आहे. पृथ्वीच्या उत्तरेकडून हिवाळ्यात स्थलांतर करून येणारे पक्षी एका विशिष्ट स्थळी जाण्यासाठी हवाई प्रवासाचे प्रस्थान ठेवतात. हा प्रवास मोठमोठ्या महासागरांवरून किंवा खंडप्राय भूमीवरून होत असतो. दोन टोकांच्या स्थळांमधील उलटसुलट प्रवासाचा नियमितपणा पक्षिस्थलांतराचा एक खास गुण आहे. त्यांच्या हालचालींचा अंदाज एका आठवड्याच्या किंवा काही दिवसांच्या मर्यादेत सांगता येतो. हजारो मैल अंतरावर असणाऱ्या त्यांच्या स्थळांवर पुष्कळ वेळा तीच बाग अगर तेच शेत, तेच जलाशय- हे पक्षी बरोबर पोचतात. उत्तर गोलार्धात शरद ऋतूमधील स्थलांतर उत्तरेकडून दक्षिणेकडे व उंचसखल भागाकडे होते. दक्षिण गोलार्धात अर्थातच ह्या दिशा विरुद्ध असतात. दक्षिणेतील

हिवाळ्यापासून सुटण्यासाठी ते उत्तरेकडे जातात. हा प्रकार आपण समजू शकतो. कारण कडक थंडीचा मोसम टाळण्यासाठी ते थंडी सुरू होण्यापूर्वीच उबदार प्रदेशाकडे जातात व त्यांच्या मूळच्या वसतिस्थानातील हवा उबदार होऊ लागली की ते आपल्या घराकडे परततात. आपल्या घराच्या प्रदेशात जेव्हा झाडांना फुले येतात आणि अळ्याकीटकांचे प्रमाण भरपूर होते, तेव्हा ते पक्षी परत येतात. उन्हाळ्याच्या शेवटी पिलांची वाढ पूर्ण होऊन ती स्वतंत्र झालेली असतात, अशा वेळी ते दक्षिण प्रवासाची वाट धरतात.

प्रत्यक्ष स्थलांतरास निघण्यापूर्वी हे पक्षी स्थलांतराची तयारी कितीतरी दिवस अगोदर करत असतात. प्रवासात जी अधिक शक्ती लागते त्यासाठी लागणारे इंधन चरबीच्या स्वरूपात साठविण्यासाठी हे पक्षी विलक्षण खादाड बनतात. काहीजण समूह करून वेगवेगळ्या रचनांमध्ये उडण्याच्या सरावाला सुरुवात करतात. सूर्याच्या उगवण्याच्या आणि अस्ताला जाण्याच्या वेळांवरून स्थलांतराचा नक्की दिवस ठरविला जातो, असे पक्षिवैज्ञानिकांच्या प्रयोगाअंती आढळून आले आहे. सूर्य हाच त्यांच्या प्रवासामधील दिवसाचा प्रमुख मार्गदर्शक असतो; तर रात्री तारे, नक्षत्र हेच त्यांचे खरे मार्गदर्शक आहेत. उंचीवरून प्रवास करणाऱ्या त्या पक्ष्यांना खालच्या जमिनीवरील स्थलनिर्देश (Landmark) खुणा दिसत नाहीत. सागरावरून प्रवास करणाऱ्या पक्ष्यांना जास्त अंतर व दीर्घकाल प्रवासाची सक्ती असल्यामुळे काही पक्ष्यांचे थवे २० ते ३० हजार मीटर उंचीवरून प्रवास करतात. स्थलांतराचा हा प्रवास अतिशय कष्टदायक व दुर्घट आणि धोक्याचाही असू शकतो.

हंसदेवविरचित मृगपक्षिशास्त्र या ग्रंथात सुंदर अशा क्रौंच पक्ष्याचा उल्लेख पुढीलप्रमाणे केला आहे.

मंदाच्च मंदनादाश्च स्वयूथसहचारिण
कोपे प्रचंडवेगाश्च वैरिपक्षिविनाशिन:

अर्थात 'क्रौंच' पक्षी आपल्या घट्ट व खरखरीत पंखांनी आकाशात दूरवर जातात. मंद मंद नाद समूहाने राहणारे, रागात प्रचंड गतिमान आणि वैरिपक्षिनाशद असतात. त्यात पुढे असे म्हटले आहे की, यांना मांसभक्षणाची चटक असून सतत झोपतात. पण माध्यान्ही ते जलक्रीडा करतात. जमिनीवरून किंवा पाण्यावरून सुरुवातीला उडणे त्यांना जरा जड जाते. पण एकदा का हवेवर ते आरूढ झाले म्हणजे पंखांच्या हळुवार दिसणाऱ्या पण अतिशय नियमबद्ध हालचालीने मान

पुढे व पाय मागे ताणून हे क्रौंच पक्षी अतिशय वेगाने प्रवास करतात. यांची प्रेमक्रीडा अतिशय सुंदर असते. पंख पसरून, उड्या मारून, एकमेकांना सलाम करून, नाचत व खिदळत ते आपली प्रणयक्रीडा करीत असतात.

इंटरनॅशनल क्रेन फाउंडेशनचे संस्थापक डॉ. जॉर्ज आर्चीबाल्ड यांच्या संशोधनानुसार जगात क्रौंच पक्ष्यांच्या एकूण १५ जाती आहेत. त्यांपैकी 'सारस क्रौंच' हा सर्वांत मोठा उडणारा पक्षी असून त्याची उंची ५.७ फूट एवढी असते. मादी एक ते चार अंडी घालते. क्रौंच पक्ष्याच्या पिल्लांना वयात यायला दोन वर्षे लागतात. लांब मान, लांब पाय असलेला हा संतुलित शरीराचा पक्षी आहे. पक्षि शास्त्रज्ञांना मिळालेल्या जीवाश्मअवशेषावरून क्राऊन क्रौंच पक्षी ३७ ते ५४ दशलक्ष वर्षांपूर्वी पृथ्वीवर अस्तित्वात होते. युरोप, आफ्रिका आणि आस्ट्रेलियातील चित्रगुहेत अश्मयुगीन आदिमानवाने क्रौंच पक्ष्यांची चित्रंही काढलेली आहेत.

क्रौंच पक्ष्यांच्या पिल्लांची वाढ अतिशय झपाट्याने होते. आपल्या आईवडिलांकडून अन्न कसे मिळवायचे, हे काही महिन्यांतच पिल्लं शिकतात. क्रौंच पक्ष्यांमध्ये रोहित पक्ष्यांसारखा सुंदर असा आपसी ताळमेळ असतो. सायबेरियन क्रौंच, सॅन्डहिल क्रौंच, युरोशियन क्रौंच, व्हूपींग क्रौंच, डेमोसाईल क्रौंच हे स्थलांतरित पक्षी आकाशातून जवळपास ६५०० फुटांवरून उडत असतात, तर युरोशियन क्रौंच हे पक्षी सर्वांत जास्त ३२,८०० फुटांवरून उडत असतात.

शत्रूला फसविणारे चांदीसारखे राखट पांढऱ्या रंगाचे क्रौंच पक्षी जगात वेगाने कमी होत आहेत. त्यांना राहण्यासाठी शेतजमिनीचे मोठे क्षेत्र पाहिजे. क्रौंच पक्षी दलदलीच्या ठिकाणी घरटी बांधतात. अशी ठिकाणे हळूहळू कृषि उत्पादनासाठी वापरली जात आहेत. १९७३ पासून आंतरराष्ट्रीय संघटनेने क्रौंच पक्ष्यांच्या सुरक्षिततेसाठी जागतिक केंद्रे निर्माण केली आहेत. यात क्रौंचचे संरक्षण आणि दुर्मीळ होत चाललेल्या क्रौंच प्रजातीची वाढ करणे हा प्रमुख उद्देश आहे. चीनमधील सॅन डायगो झू या कामी अत्यंत मोलाचे कार्य करीत आहे. अशा संस्थांच्या कार्यातून क्रौंच पक्ष्यांचे आवाज साऱ्या पृथ्वीवर गुंजतील अशी आशा करू या!

'महापुरुषांच्या जीवनकथा' या गाजलेल्या पुस्तकात स्वामी विवेकानंद ३१ जानेवारी १९०० रोजी कॅलिफोर्नियातील पॅसाडोना येथील शेक्सपिअर क्लबमध्ये रामायणावर दिलेल्या व्याख्यानात क्रौंच पक्ष्याबद्दल उल्लेख करताना म्हणाले-
''महर्षी वाल्मीकी एकदा गंगेवर स्नानास गेले असता त्यांना क्रौंच पक्ष्याचे एक

जोडपे प्रणयक्रीडेत मग्न असलेले दिसले. एकमेकांना आलिंगन देत परम आनंदात विहार करत होते. वाल्मीकी ऋषींना हे दृश्य पाहून अत्यानंद झाला. पण हा त्यांचा आनंद क्षणभरच टिकला. दुसऱ्याच क्षणी कुठूनतरी सूं सूं करीत एक बाण आला आणि नर क्रौंचाच्या शरीरात घुसला. आपला सखा भूमीवर पडलेला पाहून मादी शोकविव्हळ झाली. रक्ताने माखलेल्या सख्याच्या मृतदेहाभोवती करुण स्वर काढीत फिरू लागली. हे शोकमय दृश्य पाहून महर्षींचे मृदू हृदय करुणेने द्रवीभूत झाले. ते निष्ठुर कर्म कुणी केले हे जाणण्यासाठी त्यांनी सभोवार पाहिले तेव्हा एक व्याध त्यांच्या दृष्टीस पडला. दु:खाच्या आणि शोकाच्या आवेगामुळे त्यांच्या हृदयातील करुणा पुढील श्लोकाच्या रूपाने महर्षी वाल्मीकींच्या मुखातून बाहेर पडली.

मा निषाद प्रतिष्ठांत्वम् अगम: शाश्वती: समा: ।
यत् क्रौंच्चमिथुनादेकम् अवधी: काममोहितम् ।।

'अरे क्रूर पाषाणहृदयाच्या व्याधा, तुझ्यात लवमात्रही दया माया नाही ना! प्रणयरत अशा या निष्पाप, निरपराध पक्ष्यांना पाहूनही असले हे नृशंस कृत्य करावयास तुझे हात सरसावलेच कसे? जा नराधमा, तुला अनंतकाल शांती लाभणार नाही.' वरील श्लोकवाणी महर्षींच्या मुखातून बाहेर पडली मात्र, ते चमकून जाऊन स्वत:शीच विचार करू लागले– हे काय बरे असेल? हे मी काय म्हणालो असेन? यापूर्वी तर माझ्या तोंडावाटे असे कधीच निघाले नव्हते. असा विचार स्वत:शीच करताना त्यांना पुढील वाणी ऐकू आली– 'वत्सा, भिऊ नकोस. आज तुझ्या मुखातून जे निघाले त्याचे नाव कविता. आता जगताच्या कल्याणास्तव अशा कवितेतून रामचरित्राचे वर्णन कर.'

कवितेच्या प्रथम निर्मितीचा इतिहास असा आहे. महर्षी वाल्मीकींच्या हृदयातील शोक त्यांच्या मुखावाटे श्लोकरूपाने बाहेर पडून विश्वातील आदिम कवितेची निर्मिती झाली आणि तिच्याशी क्रौंच पक्षी कायमचा जोडला गेला.

पक्ष्यांचे रंगरूप पाहिले की त्या अपार्थिव सौंदर्याचा हेवा वाटतो. त्यांच्यात दिसून येणारी रंगरूपाची विविधता सृष्टीतील कुठल्याही सजिवात नाही. इतकी ती दुर्मीळ आहे. ऋतुमानाप्रमाणे बदलणारे त्यांचे रंग किती अद्भुत सुंदर असतात! त्यांच्या या रंगरूपाची किमया अद्भुतरम्य आहे. पक्षी हे निसर्गाला पडलेलं एक सुंदर स्वप्न आहे.

पृथ्वीवरील जंगले कमी होत आहेत. त्यांचा सतत ऱ्हास सुरू आहे.

सजीव सृष्टी कमी होत आहे. चित्ता संपला, वाघ-सिंहही त्याच उंबरठ्यावर आहेत. एकट्या भारतात जवळपास शतकापूर्वी असलेले ४० हजार वाघ आज १७०६ वर येऊन ठेपले आहेत. तेही ८१ राष्ट्रीय उद्याने, ४२२ अभयारण्ये व २३ व्याघ्र प्रकल्प असताना. अनेक पशू-पक्ष्यांच्या जाती नामशेष झाल्या आहेत. मात्र माणसांची संख्या जगात चोहीकडे प्रचंड वेगाने वाढते आहे. साडेपाच अब्जाचा आकडाही तो पार करते आहे. आपलं शरीर असंख्य अवयवांनी बनलं असून ते जिवंत राहण्यासाठी त्यातील प्रत्येक अवयव सुस्थितीत असणे आवश्यक असते. पृथ्वीसारखा हा सुंदर ग्रह टिकवायचा असेल तर येथील प्रत्येक सजीव टिकला पाहिजे, वाढला पाहिजे. नव्हे, तो त्यांचा हक्कच आहे. बुद्धिवान माणसा, तुला रे हे कधी कळेल?

निसर्गातील सजीव सृष्टीचा, पशू-पक्ष्यांच्या जीवनाचा अभ्यास करता करता माझा जीवनप्रवाससुद्धा एखाद्या सरितेप्रमाणे वाहतो आहे. सागरास अर्पण होण्याऐवजी तो सृष्टिजीवनाशीच अर्पण व्हावा, असा माझा प्रयत्न असतो. जीवनाच्या अंतिम घटकेपर्यंत प्रवास असाच सुरू राहणार, यात तिळमात्र शंका नाही. कारण मला ह्या जीवनानं जे दिलं, त्याबद्दल मी अत्यंत ऋणी आहे.

पश्चिमेला सूर्य क्षितिजाआड चालला होता. निळं आकाश तांबडं झालं. वृक्षवल्लरींच्या सावल्या जलाशयाच्या काठावर पसरू लागल्या. काळ्या आकृत्या दिसाव्यात तशी झाडंझुडपं दिसू लागली. पाठीमागून गुरा-ढोरांचे आवाज त्यांच्या गळ्यांतील घंटानादासह येऊ लागले. पाणी पिण्यासाठी ती तळ्यावर येत होती. नभातून नानाविध पाखरांच्या झुंडीच्या झुंडी जाताना-येताना दिसत होत्या. तांबड्या आभाळातून कर्र कर्र करत क्रौंच पक्ष्यांची माळ निघाली. विरत चाललेल्या तांबड्या रंगातून ती दूरवर जाऊन लुप्त झाली आणि माझी पावलंही परतीच्या मार्गाकडे वळू लागले. महर्षी वाल्मीकीऋषींच्या मुखातून कवितेचा उगम करणाऱ्या या सुंदर अशा क्रौंच पक्ष्याने मला मात्र पक्षिजीवनावर नेहमीप्रमाणे लिहिते केले होते.

—०–०–०–

१३.
दलदली ससाणा

तिन्हीसांजेचा सूर्य पाठमोरा झाला होता. दुचाकीने मालखेड जलाशयावर पोचलो. जलाशय पाण्याने अर्धवट भरला होता. बऱ्याच मोठ्या भागात दलदल आणि हिरवी गवती वनस्पती तरारली होती. निळ्या निळ्या नभाखाली निळे जलाशय आणि त्यातून निघणाऱ्या विविध द्विजगणांच्या आवाजाने जलाशयाला कंठ फुटला होता. चक्रवाक पक्ष्याचे आँग आँग आवाज, चमचा, नाकेर, आयबीस, सररूची अशा किती परदेशी स्थलांतरित पक्ष्यांच्या गर्दीने हा जलाशय गजबजला होता. पाणवनस्पती, कमळं यासारख्या फुलांनी शोभणाऱ्या स्वच्छ निळ्याशार जलाशयात विहार करणं या पक्ष्यांना प्रिय असते.

तळ्याच्या काठावर पाय ठेवता ठेवता चक्रवाक (ब्राह्मी डक) पक्ष्याच्या जोडीने लक्ष वेधले. ते जलाशयात यथेच्छ विहार करत होते. एकमेकाला खेटत चोचीने पाण्यातील अन्न मिळवत होते. वर्णाने अत्यंत तेजस्वी, तजेलदार तांबूस-केशरी रंगाच्या चक्रवाकच्या अंगावर एक प्रकारची सोनेरी झाक झळाळत होती. डोकं मात्र थोडंसं फिक्कट असून चोच व शेपटी काळी होती. पंखांची टोकंही काळसरच होती. विणीच्या हंगामात नराच्या गळ्यावर काळी गोलाकार पोत येते. जलाशयावरून उडताना त्यांच्या पांढऱ्या पंखांमधून चमकणारा मोरपंखी पट्टा म्हणजेच स्वर्गीय सौंदर्याचा अनोखा नजारा दिसतो. हे सौंदर्य निरखणाऱ्यांचं भान हरपून जाते. चक्रवाक शब्दाची व्युत्पत्ती म्हणजे रथाच्या लाकडी आसावरील वंगण न घातलेल्या कुरकुरणाऱ्या चाकासारखा ज्याचा आवाज, तो चक्रवाक असा आहे. प्राचीन संस्कृत साहित्यात तसेच

ज्ञानेश्वरीमध्ये चक्रवाक पक्ष्याचा उल्लेख गौरवाने केला असून दर हिवाळ्यात आपल्याकडे नेमाने स्थलांतर करून येणाऱ्या चक्रवाक पक्ष्याला ब्राह्मणी बदक असे म्हटले आहे.

हिवाळ्यामध्ये हजारो मैलांचं अंतर पार करून उत्तरेकडूनच हिमालय, लडाख, नेपाळ, तिबेटपासून ते रशिया, सैबेरिया, युरोपातून असंख्य देशी-विदेशी पक्षी भारतात येतात. महाराष्ट्रातील अनेक जलाशयांवर त्यांचे मेळे भरलेले दिसतात. या काळात उत्तरेकडे हाडं गोठवणारी थंडी असल्याने तेथील सरोवरे, जलाशय, तलाव, तळी थिजून जातात. त्यामुळे त्यांना अन्नसुद्धा मिळत नाही. हिमालय ओलांडून हे पक्षी आपल्याकडे येतात. तीन-चार महिने यथेच्छपणे अन्नग्रहण करून फेब्रुवारी - मार्चमध्ये आपल्या मूळ वसतिस्थानाकडे परतात.

अशातच अलीकडे तळ्याच्या काठावर कोरड्या जमिनीवर एक गरुडाएवढ्या आकाराचा काळ्या तांबूस रंगाचा पक्षी बसलेला दिसला. डोक्यावर आणि गळ्याखाली तो पिवळसर पांढरट रंगाचा होता. पंखावरही खांद्याजवळ दोन्ही बाजूने पिवळसर पांढरा पट्टा होता. त्याची हालचाल मात्र मंद होती. (माझा रानसखा नितीनचे पाय छायाचित्र घेण्यात तल्लीन असताना फूटभर चिखलात गेल्याचे भानही त्याला राहिले नाही. पाच-सात फुटांवरील 'दलदली ससाणा' उडून गेल्यावर त्याच्या लक्षात ही बाब आली.) केवळ तो मान हलवायचा. अंगात त्राण नसल्यासारखी त्याची अवस्था वाटत होती. मी त्याच्या पाठीमागून छायाचित्र घेत घेत पुढे सरकत होतो. शंभर फुटांवरून पंधरा-वीस फुटांवर आल्यावरही तो तेथून उडत नव्हता. मला शंका आली. त्याच्या जवळ पोचलो तशी त्याने एक अडखळत लहानशी उडान घेतली आणि परत जवळच जमिनीवर तो कसाबसा जाऊन बसला. तो होता मार्श हॅरिअर (पाणघार) जातीचा पक्षी. यालाच 'दलदली ससाणा' असे म्हणतात. ही मादी होती. तिचा एक डोळाही अधू झाला होता. पंखातले बळ संपत चालले होते. त्यामुळे तिला शिकारही करता येत नव्हती. जीवनाच्या अंतिम चरणात ती पोचली होती. जणू तिला आपला मृत्यू दिसला असावा. म्हणूनच ती तळ्याच्या एका काठाने जमिनीवर कोरड्या भागात येऊन बसली होती. आपला देह तिला ठेवायचा होता. पहा, केवढी शोकांतिका! शरीरात शिकार करण्याएवढे बळ असेपर्यंत हा दलदली ससाणा जेव्हा जलाशयावर उड्डाण करतो, तेव्हा तळ्यातील प्रत्येक पाणपक्षी जिवाच्या आकांताने आवाज करत आपला जीव यापासून वाचवीत असतात.

थवेच्या थवे त्याच्या भीतीने पाण्यावरून फडफडत उडत असतात. सारा जलाशय तुषारमय होऊन जातो. आज मात्र वय अस्ताकडे झुकल्याने आणि शरीरात त्राण नसल्याने ही दलदली ससाण्याची मादी आपल्या जीवनाच्या अंतिम घटका मोजत पडली होती.

आपल्या मृत शरीरामुळे पाणी खराब होऊ नये, पाण्यावर राहणाऱ्या सजिवांना तळ्यातील पाण्यामुळे, आपल्या मृत्यूमुळे रोग होऊ नये, म्हणून या मार्श हॅरीअर मादीने तळ्याचा एकांत निवडला होता. किती शहाणपणाचे गुण निसर्गाने या पक्ष्यांना दिले आहेत! पाण्यातील आपल्या मृत्यूमुळे पाणी खराब झाले तर इतर पाणपक्षी, किडे कीटक मरतील, आपल्या कुळातील पक्ष्यांना त्यामुळे अन्न कमी मिळेल आणि त्यामुळे आपल्याच नाही तर इतरही कुळांतील पक्ष्यांची संख्या कमी होईल, वंशवेल खुंटेल, हा प्रमुख उद्देश मृत्युशय्येवर असलेल्या या मार्श हॅरीअर मादीचा होता. अशा प्रकारे संपूर्ण पक्षिकुळं या नियमाचे तंतोतंत पालन करतात.

या पक्ष्याचे नाव दलदली ससाणा (western marsh harrier) असे असून त्याचे शास्त्रीय नाव circus aeruginousus (Linnaeus) असे आहे. आकाराने घारीएवढा असलेल्या नराच्या शेपटीवरचा भाग तपकिरी पांढरा असून त्यात उदी रंगाचे मिश्रण असते. याच्या छातीपासून शेपटीखाली तांबूस-गर्द तांबूस रंग असतो. त्यावर उदी रेषा असतात. मादीच्या पाठीवर उदी-तपकिरी रंग असून डोके व मान पिवळसर पांढऱ्या रंगाची असते. पोटाखालील भागावर उदी रेषा नसतात. याचा चेहरा थोडाफार गिधाडासारखा दिसतो. मार्श हॅरीअर हा स्थलांतरित हिवाळी पाहुणा असून भारत, नेपाळ, श्रीलंका, अंदमान, मालदीव आणि लक्षद्वीप बेटावर ते आढळतात. एप्रिल ते जून या काळात पॅलिआर्क्टिक प्रदेशात त्यांची वीण होते. सरोवरे, दलदली आणि पाणी नसलेली भातशेती, तसेच माळराने या ठिकाणी ते दिसतात. मासे, बेडूक, लहान पाणपक्षी, ससे आणि कुजके मांस हे त्यांचे खाद्य आहे.

सूर्य पश्चिमेच्या क्षितिजापलीकडे कलला होता. द्विजगणांचे मेळे आप-आपल्या सारंगगाराकडे परतू लागले होते. मालखेडचे जलाशयही आता शांत होऊ लागले होते. मार्श हॅरिअर या शिकारी पक्ष्याची मादी आपल्या अंतिम प्रवासाला निघाली होती. काही दिवसांतच तिचाही अस्त होणार होता.

मात्र तिच्या देहावर जगून काही सजीव उद्याचा सूर्योदय पाहणार होते.

आपल्या कुळाची वाढ करणार होते. आपल्याकडे जेव्हा सूर्यास्त होत असतो. तेव्हा पृथ्वीवर दुसरीकडे सूर्योदय होत असतो. तसंच या शिकारी दलदली ससाण्याबाबतही होणार होते. अंधारछाया पडू लागली आणि जड पावलांनी आम्हीही तिचा निरोप घेतला ते मालखेडच्या अनोख्या सूर्यास्ताच्या आठवणी मनात ठेवून!

−०−०−०−

१४.
महेंद्रीचा शिकारी

वनकसाई पक्ष्याच्या आवाजाने माझी अरण्यपहाट जागी झाली. वनविश्राम-गृहाच्या कक्षातून बाहेर पडलो. शरदाचा गारठा वाढला होता. नभातून केसराचा पाऊस पडावा तसे पाण्याचे तुषार हळुवारपणे खाली पडत होते. त्यामुळे हिरव्यागार वृक्षवल्लरी दवारल्या होत्या. त्यात होते खैर, शिवण, मोह, साग, तेंदू, रिठा, बेल इत्यादी वृक्ष. पूर्वेच्या पर्वतरांगांमधून कोवळी रविकिरणं फुटू लागली. वनराजीवर ती हळुवारपणे उतरू लागली. बुलबुल, दयाळ, हळद्या, तांबट पक्ष्यांच्या कंठातून वनभूपाळी गायली जाऊ लागली. निळ्या नभाखालून हिरव्या राव्यांचा थवा भैरवी गात अन्नाच्या शोधात दूरवर निघून गेला आणि महेंद्रीचं अरण्य जागं झालं. माझी पावलंही पक्षिनिरीक्षणासाठी रानवाटेवर पडू लागली.

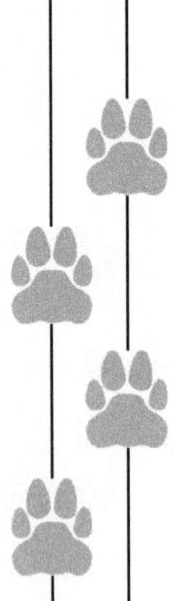

आवाजाचा वेध घेत झाडांच्या पानापानांत पाखरांना शोधू लागलो. निरीक्षण करू लागलो. त्यांची छायाचित्रं घेऊ लागलो. राखी-पिंगट रंगाचा भुवई, शेपटीच्या पिसांच्या पांढऱ्या कडा असलेला वन कसाई (Indian wood shrike), मैनेएवढ्या आकाराचा, सोनपिवळ्या रंगाचा, पंख आणि शेपटीवर काळा रंग असलेला अत्यंत देखणा हरिद्र (Indian Golden Oriole), लालपाठी खाटीक इ. पक्ष्यांची सुंदरता आणि भल्या पहाटेची त्यांची भक्ष्य पकडण्याची धडपड अचंबित करणारी असते. निसर्गाने कुणावर मुक्तपणे रंगांची उधळण केली असेल तर ती फक्त पाखरांवर. किती सुंदर रंगसंगतीचा मेळ या इवल्याशा जिवांवर साधला आहे! ते हरक्षणी वेगळ्या रंगाचे दिसतात. प्रत्येक रंगाच्या नाना छटा. त्यातही नरांचे सौंदर्य अधिकच उजवे. पक्षिशास्त्रज्ञांच्या मते नराच्या सौंदर्यावर

माद्या भाळतात. सौंदर्यवान नरापासून आपला वंशही तसाच निर्माण व्हावा म्हणून त्याला जुगू देतात. त्याच्याशी मिलन करतात. सर्व सजीव प्राण्यांच्या माद्यांमध्ये हीच भावना असते.

तांबडी उन्हे आता सोनपिवळी झाली होती. पावसाची रिमझिमही थांबली होती. महेन्द्री वनविश्रामगृहामागे एक भलामोठा निष्पर्ण वृद्ध कडूनिंब उभा आहे. तोही जीव नसलेला. मात्र त्याच्या काळ्या रंगाच्या निष्पर्ण फांद्यांवर पोपट, मैना, कसाई, हळद्या, तांबट, कोतवाल, टकाचोर असे कितीतरी पक्षी बसले होते. खोडाच्या सालीतील किडे-कीटक ते खात होते. त्यांचे आपआपल्या सग्या-सोबत्यांना दिल जाणारे वेगवेगळ्या कारणांसाठीचे वेगवेगळे आवाज यामुळे या मृत झाडालासुद्धा जिवंत सौंदर्य देत होते. झाडाला कंठ फुटला होता. डेड वुड इज नॉट डेड असं म्हणतात, ते खरं आहे. याची प्रचिती मला येथेही येत होती. अशा झाडाच्या एका फांदीवर जवळपास १९ प्रकारचे किडे-कीटक आपली वंशवेल वाढवीत असतात.

झाडाच्या सर्वांत उंच टोकावर एक कावळ्याच्या आकाराचा शिकारी पक्षी बसला होता. सुरुवातीला शिक्रा समजून मी त्याची वेगवेगळी छायाचित्रे घेऊ लागलो. सोबत पक्षितज्ज्ञ पद्माकर लाड होते. काही वेळातच पक्षिवेडे छायाचित्रकार डॉ. मनोहर खोडे माझ्याजवळ आले. आमचे कर्णधार संशोधक डॉ. व्ही. टी. इंगोले सरही आले आणि आम्ही त्याचे बारीक निरीक्षण करू लागलो. कावळ्या-एवढ्या आकाराच्या या गोंडस पक्ष्याचा रंग वरून राखट काळपट, पांढरी हनुवटी त्यावर काळसर पट्टा, डोक्यावर काळसर हिरवट पट्टे, छातीखाली काळसर पांढऱ्या उभ्या रेषा. शेपटी दुभंगलेली, मात्र शेपटीच्या खाली शेवटी काळे आडवे पट्टे असलेल्या पक्ष्याला पाहून सरांना शंका आली. त्यांनी लगेच पक्ष्यांची गाईड्स काढली आणि काय आश्चर्य! तो होता जगप्रसिद्ध सर्वांत वेगवान असा शिकारी पक्षी बहिरी ससाणा (Peregrine falcon).

आता आम्हा सहा निसर्गवेड्यांचा संपूर्ण चमू दुर्मीळ अशा बहिरी ससाण्याचे वेगवेगळ्या कोनांतून छायाचित्र घेण्यास धडपडू लागलो. दुर्बिणीमधून त्याची निरीक्षणं होऊ लागली. आमच्या जवळून त्याचे अंतर असावे तीन-एकशे फूट. आठ-दहा मिनिटं बसून तो खालील जंगलपरिसराची टेहळणी करायचा. काही क्षणांतच उडून जायचा आणि परत तेथेच उंच अशा फांदीवर येऊन बसायचा. त्या निष्पर्ण झाडाच्या उंच भागातील फांदीच्या सर्वांत वरच्या इंग्रजी वाय आकाराच्या (बेफाटी)

फांदीच्या जोडाजवळ तो येऊन बसायचा. जवळपास भल्या रानपहाटे चाळीस–पंचेचाळीस मिनिटं त्याची उपस्थिती या निष्पर्ण झाडावर होती. पाखर-पहाटेच्या कोवळ्या सूर्यप्रकाशातून ऊर्जा मिळवून हा वेगवान शिकारी बहिरी ससाणा तयार झाला. क्षणभर त्याने आपल्या पंखांची उघडझाप केली आणि एक अत्यंत वेगाचे शक्तिशाली उड्डाण दिगंतरात केले. ते होतं आजची पहिली शिकार साधण्यासाठी.

बहिरी ससाणा (Peregrine falcon) चे शास्त्रीय नाव (Falco peregrinus Tunstall) असे आहे. भारतीय उपमहाद्वीपासह तो जगात सर्वत्र आढळतो. ससाणा-प्रजातीचा शोध सर्वप्रथम १७७१ मध्ये Marmaduke Tunstall याने लावला. हा हिवाळी स्थलांतरित पक्षी आहे. तो जलाशये, नद्या, सरोवरे इ. च्या परिसरात दरवर्षी या काळात महाराष्ट्रात येतो. मात्र पक्षिनिरीक्षणात अर्धे शतक ओलांडलेल्या पक्षिनिरीक्षकांना तो महेन्द्रीच्या अरण्यात प्रथमच आढळला. मलाही माझ्या आजपर्यंतच्या २५ वर्षांच्या अरण्यभटकंतीत प्रथमच आढळला. हा जगातील सर्वांत वेगवान शिकारी पक्षी आहे. तो दिगंतरात असताना भक्ष्यावर अत्यंत वेगाने झडप घालतो. युद्धातील वेगवान विमानांच्या वेगाएवढा या वेळी त्याचा वेग असतो ताशी तीनशे किलोमीटर. अंटार्टिका सोडून तो पृथ्वीवर सर्वत्र आढळतो. सपाट असे विस्तीर्ण जंगल त्याला आवडते. तो जेथे समुद्रपक्ष्यांची संख्या भरपूर आहे तेथे आपला उत्कर्ष साधत असतो. जलाशयांशेजारच्या विस्तीर्ण अशा ओसाड अरण्यक्षेत्रात त्याचे अस्तित्व असते. मोठमोठ्या शहरातील उंच पूल, उंच-उंच इमारतींवर तो आपले घरटे बांधतो. विणीचा हंगाम सोडून इतर वेळी तो फार मोठ्या प्रमाणात प्रवास करतो. म्हणून त्याला भटक्या (wanderer) असे म्हणतात. उत्तर ध्रुवाकडील ओसाड प्रदेशातून तो हिवाळ्यात दक्षिण अमेरिकेपर्यंत प्रवास करतो. वर्षातून बहिरी ससाणा जवळपास २५ हजार किलोमीटर एवढा अचंबित करणारा प्रवास करत असतो. भटक्या, अत्यंत वेगवान शिकारी आणि त्याची घरट्याकडे परतण्याची सहजवृत्ती अविश्वसनीय अशी आहे. तेथेच त्यांच्या कित्येक पिढ्या यशस्वीपणे वाढत आल्या आहेत. एका वर्षानंतर त्याची पिल्लं वयात येतात. या वेगवान शिकाऱ्याचे आयुष्य असते १७ वर्षे.

पक्षिजीवनाने संपन्न असलेला अशा या महेन्द्रीच्या अरण्याचा परिसर १९८५ पासून वरूड भागातील पक्षितज्ज्ञ श्री. अनिल महाजन, पद्माकर लाड, डॉ. मनोहर खोडे, शिरिषकुमार पाटील यांनी वेळोवेळी पिंजून काढला. पंढरी, शेकदरी, सातनूर या जलाशयांवर पक्षिनिरीक्षण आणि त्यांच्या नोंदी यांची मुहूर्तमेढ

या पक्षिमित्रांनी रोवली. आजतागायत ती सुरूच आहे. आजपर्यंत या जंगलक्षेत्रात या मंडळींना पांढरा तुरेवाला क्रौंच, काळा करकोचा, ग्रे लॅग गूज इ. परदेशी स्थलांतरित पक्षी आढळले आहेत. त्याचप्रमाणे या परिसरात चुडामण, जिवना, पिंपळ, बेल ह्या नद्या तर शेकारी, नागठाणा, सातनूर, वाई, पंढरी ही धरणे असल्याने स्थानिक स्थलांतरित व परदेशी स्थलांतरित पक्ष्यांना लागणारे मुबलक खाद्य, पाणवनस्पती येथे उपलब्ध आहे. त्यामुळे येथे करकोचे, चक्रवाक, मराल, सारजा, सररूची, स्वर्गीय नर्तक, कवड्या नर्तक, चष्मेवाला सातभाई, खाटीक, रानभाई, चडोल, धनेश, कोकिळ, हरियल, भोरी, टकाचोर इ. पक्ष्यांची सतत उपस्थिती असते.

अमरावती जिल्हा तसा वनसंपदेच्या बाबतीत समृद्ध असा आहे. पोहरा, मालखेड, इंदला, महेंद्री या वनांबरोबरच येथे अप्पर वर्धा, मालखेड, भवानी, इंदला, शेवती, पंढरी, बालसापूर, जवळा, पूर्णा प्रकल्प इ. जलाशयसुद्धा भरपूर आहेत. हिवाळ्यामध्ये स्थलांतरित पक्ष्यांनी हे जलाशय गजबजलेले असतात. त्यामुळे पक्षिमित्र निरीक्षणासाठी येथे जात असतात.

अमरावती जिल्ह्याच्या वरूडपासून १५-१६ किलोमीटरवर असलेले महेन्द्रीचे अरण्य. जंगलाच्या तीनही बाजूंनी सातपुडा पर्वताच्या रांगा, उपरांगा पसरल्या आहेत. त्यांमधून झुळझुळणारी बेल नदी आणि त्यावर टेकड्यांना जोडून बांधलेली धरणाची भिंत यामुळे तयार झालेला पंढरी तलाव. हा तलाव आणि महेन्द्रीचा अरण्यप्रदेश असंख्य पक्ष्यांचे आश्रयस्थान बनला आहे. हिवाळ्यात नाना प्रकारच्या पक्ष्यांच्या थव्यांबरोबर काही पक्षिनिरीक्षकांचा चमू येथे भेट देताना दिसतो. त्याचबरोबर कोल्हे, लांडगे, बिबट हे वन्यजीवही या परिसरात आहेत. नुकतीच या भागात दोन अस्वलंसुद्धा आढळून आली आहेत. स्वातंत्र्यपूर्व काळात या जंगलात चित्ताही होता, असे जुनीजाणती माणसं सांगतात. हे अरण्य काही दशकांपूर्वी सातपुडा-विंध्य पर्वतावरील अरण्यप्रदेशाला जोडणारा एक प्रमुख कॉरिडोअर होता. मानवाच्या वाढत्या लोकसंख्येच्या भस्मासुरामुळे आणि त्यावर आधारित गरजांमुळे हा संचारमार्ग खंडित झाला आहे. इतर जंगलांप्रमाणे हे अरण्यक्षेत्रही ओरबाडले जात आहे. त्यामुळे वन्यजिवांच्या, पक्ष्यांच्या अधिवासांचे संरक्षण होणे अत्यंत आवश्यक आहे. पर्यावरणाच्या समतोलासाठी आणि पृथ्वीचे अस्तित्व टिकवून ठेवण्यासाठी त्यांचे संरक्षण होणे ही काळाची गरज आहे. ते तुमच्या-आमच्या हाती आहे.

-०-०-०-

१५.
शेवतीचा राजहंस

हेमंत ऋतूची बोचरी थंडी अंगावर घेत पावलं शेवती जलाशयाकडे वळली. अमरावतीपासून पूर्वेकडे पंधरा किलोमीटरवर असलेला हा जलाशय. पक्ष्यांच्या कलरवानं गवती माळरान जागं झालं होतं. रानवाऱ्यामुळे विविध वृक्ष– वनस्पतींचा रानगंध पिवळ्या मातीच्या रानवाटेवर पसरला होता. त्यामुळं मनाला चैतन्य मिळत होतं. तलावाजवळ येऊन पोचलो. गुडघ्यावर जोर देऊन भिंत चढलो आणि काय आश्चर्य! तांबड्या सूर्यकिरणांनी जलाशय न्हाऊन निघालं होतं. नानाविध पक्ष्यांचे थवे जलक्रीडेत गुंग झाले होते. पाण्यातील एका बेटावर स्थानिक स्थलांतरित चाटू (Spoon-bill) पक्ष्यांचा थवा सूर्याचं कोवळं ऊन अंगावर घेत होता. मात्र एका अनोळखी असंख्य पक्ष्यांच्या थव्यानं माझं लक्ष वेधलं. हंसाएवढ्या असलेल्या या हिरवट राखाडी रंगाच्या पक्ष्यांच्या डोक्यावरच्या दोन काळ्या तिरप्या रेषा विशेष लक्ष वेधून घेत होत्या. त्यांच्या कुर्रअँग-कुर्रअँग आवाजाने जलाशयाला कंठ फुटला होता. त्यातून ते एकमेकांना सूचना देत होते. जलाशयाच्या पूर्वेकडील मध्यभागात हा थवा असल्याने त्याचे निरीक्षण व छायाचित्र घेण्यासाठी मी उजवीकडच्या काठाने सावधपणे निघालो.

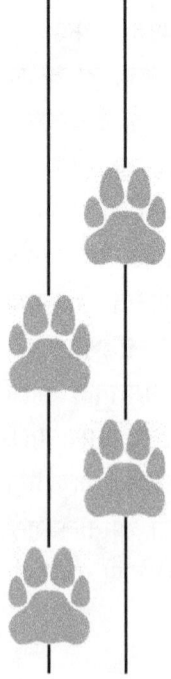

नदी सुरय पक्षी आवाज करत डोक्यावरून निघून गेला. काळ्या पांढऱ्या ठिपक्यांचा दुर्मीळ खंड्या (Pied kingfisher) पाण्यातील माशाची शिकार करण्यासाठी अद्भुत अशा कसरती करत होता. धनवर पक्ष्यांची एकच जोडी दूरवर पाण्यात एकीकडे शांतपणे विहार करत होती. जलाशयाला पूर्वेकडे जोडलेला एक वाहता नाला दूरपर्यंत जाऊन मी पार केला आणि

जलाशयात विहार करणाऱ्या दुर्मीळ पक्ष्यांच्या थव्याच्या बाजूने जवळ जवळ पोचू लागलो. ओल्या मातीवर हळुवार पावलं ठेवत अंतर कमी कमी करू लागलो. तो होता दुर्मीळ असा राजहंस (Barheaded Goose) या युरोपातून आलेल्या स्थलांतरित पक्ष्यांचा थवा. त्यांची संख्या थोडीथोडकी नव्हती. ते होते ११५ राजहंस पक्षी. हे अत्यंत देखणे आणि दुर्मीळ पक्षी पाहून माझ्या आनंदाला पारावार राहिला नाही. आता मला त्यांचे साधारण अंतरामुळे निरीक्षणही सोपे जात होते. प्रथम शक्य तेवढी छायाचित्रं घेऊन टाकली.

हिरवट-तांबट-राखाडी रंगाच्या या राजहंस पक्ष्यांची मान व डोके पांढऱ्या रंगाचे असून डोक्यावर दोन काळे पट्टे ठळकपणे दिसत होते. पंखावर काळ्या रेषा होत्या. शेपटीकडे पांढरा रंग असून चोच पिवळसर होती. राजहंस पक्ष्याचे शास्त्रीय नाव Anser indicus (Latham) हे आहे. हेमंत ऋतूच्या कडाक्याच्या थंडीत हे पक्षी उत्तरेकडून (युरोपातून) थंडीच्या लाटेवर स्वार होऊन भारतात येतात. तामीळनाडू, बांगला देश, पाकिस्तान आणि म्यानमार येथेही ते या काळात येतात. मध्यभारतात मात्र राजहंस पक्षी येण्याचे प्रमाण अत्यंत दुर्मीळ आहे. हजारो किलोमीटरचा दिवसरात्र प्रवास करून हे पक्षी थव्याने आपल्याकडे पोचतात. दिवसा सूर्य त्यांना मार्गदर्शक असतो, तर रात्री तारकांचे नक्षत्र. या प्रवासातील समुद्र, पर्वत, नद्या, सरोवरे यांचा या पक्ष्यांना चांगलाच अभ्यास असतो. युरोपात या काळात सरोवरे, नद्या संपूर्ण बर्फमय होऊन जातात. त्यामुळे या पक्ष्यांना अन्नसुद्धा मिळत नाही. वातावरणही योग्य राहत नाही. म्हणून राजहंस पक्षी थव्याने भारताकडे येतात.

शेतात निघणाऱ्या गहू-हरभऱ्याच्या शेतात हे पक्षी रात्री उतरतात व दिवसा नदी-जलाशयांच्या काठावर आराम करतात. आकाशात उडताना राजहंस पक्षी इंग्रजी V आकारात उडत असतात. हिरव्या गवती वनस्पती आणि गहू-हरभरे हे त्यांचे खाद्य होय. मार्चच्या मध्यात राजहंस युरोपकडे आपल्या निवासस्थानाकडे परततात. एप्रिल ते जूनमध्ये घरटे करून त्यांची वीण होते. लडाख आणि तिबेटमध्येही त्यांची वीण होते. गवत-काड्या-काटक्यांचे त्यांचे घरटे असते. मोठमोठ्या जलाशयांजवळ ते घरटी करतात. त्यात पांढऱ्या रंगाची तीन ते चार अंडी असतात.

सूर्यास्ताची तांबडी किरणं जलाशयावर पडली होती. शेवती जलाशयाला माझी पूर्ण परिक्रमा झाली होती. जवळपास चार-पाच किलोमीटरच्या या परिक्रमेत

काळे करकोचे, घनवर, चाटू, धनचुवा, नदी सुरय, शॅग इ. पक्ष्यांनी माझ्या मनावर मोहिनी घातली होती. मात्र युरोपातून आलेल्या या अत्यंत देखण्या राजहंस पक्ष्यांनी माझ्या हृदयात कायमचे घरटे केले होते.

प्रतिकूल परिस्थितीशी संघर्ष करून आपलं अस्तित्व टिकवून ठेवून आपल्या कुळाची वाढ करण्याचा प्रत्येक सजिवांचा प्रयत्न असतो. अख्खा युरोप ज्या वेळी बर्फाने झाकला जातो त्या वेळी राजहंस व इतर परदेशी स्थलांतरित पक्षी देशोदेशींच्या मानवी सरहद्दी ओलांडून भारतात येतात. येथील हिवाळा त्यांच्याकरिता अत्यंत उपयुक्त असतो. कारण येथे त्यांना या काळात भरपूर खाद्य उपलब्ध असते. आपल्या देशातील मोठमोठे जलाशय, तलाव, समुद्राच्या खाड्या या परदेशी पाहुण्यांमुळे गजबजलेल्या असतात. या वर्षी मात्र हिवाळ्याचे प्रमाण कमी असल्याने हे पक्षी उशिरा भारतात आले. मागील वर्षी कमी पाऊस झाल्याने पाणीसाठेही लवकरच आटू लागले आहेत. त्यामुळे हे राजहंसासारखे परदेशी स्थलांतरित पक्षी लवकरच आपले मूळ वसतिस्थान असलेल्या युरोपाकडे परतू लागतील.

शेवती तलावाची परिक्रमा करत असताना दक्षिणेकडून वाहणाऱ्या नाल्याच्या काठावर एक दृश्य पाहून माझे मन हेलावून गेले. जमिनीवर एका ठिकाणी तीन दगडांच्या चुलीभोवती पक्ष्याच्या पिसांचा पसारा पडला होता. काही पिसे रक्ताळली होती. जळलेली लाकडेही तेथे होतीच. चुलीभोवतालच्या पिसांच्या निरीक्षणावरून माझ्या लक्षात आले, की शेवतीला आलेल्या राजहंस पक्ष्यांच्या थव्यातील एका राजहंसाची शिकार करण्यात आली होती. निर्दयी माणसांनी त्याची शिकार करून त्याला येथे भाजून खाल्ले असावे. एका निष्पाप, मुक्या, देखण्या राजहंसाचा बळी त्यांनी घेतला होता. पशु-पक्षी हे नेहमी पर्यावरणाचं संतुलन राखत आले आहेत. मानव मात्र ते नेहमी बिघडवत चालला आहे. काहीवेळ ते दृश्य पाहून अस्वस्थ झालो. मन हळहळलं. भान हरपून गेलं. डोळ्यांतील आसवं गालावर आली. जवळचं कुणीतरी गेल्याचे शल्य माझ्या मनाला बोचत होते. दुर्दैवाने अलीकडे काही जलाशयांवर या देखण्या परदेशी स्थलांतरित राजहंस पक्ष्यांची शिकार होऊ लागली आहे. मासेमारांच्या जाळ्यात अडकलेला हा देखणा राजहंस आपल्या सुटकेसाठी तडफडतो आहे. त्याची अवस्था पाहून बालवयापासून वडिलांच्या नेहमी गुणगुणण्याने रघुनाथ पंडित यांच्या नल-दमयंती या आख्यानातील शब्द माझ्या मनात कायमचे घर करून बसले आहेत. ते शब्द आहेत-

कल कल कल हंसे फार केला सुटाया,
फडफड निज पक्षी दाविलेही उडाया
नृपतिस मनि बंधी टोचिता होय चंचू,
धरिल दृढ जयाच्या काय सोडील पंचू....
तदितर खग भेणे, वेगळाले पळाले,
उपवन जल केली जे कराया मिळाले
स्वजन गवसला जो त्याजपासी नसे तो,
कठीण समय येता कोण कामास येतो.

–०–०–०–

१६.
पाखराची कारागिरी...

श्रावण म्हणजे इंद्रधनुष्याद्वारे सृष्टिसौंदर्याची पताका फडकविणारा महिना. धरणीवर हिरवा शालू पांघरणारा आणि गवती पात्यावरील जलबिंदूतून सूर्य-किरणातील सप्तरंगांचे अभिनव दर्शन देणारा. रानावनात या काळात विविधरंगी तृणपुष्पांचा मेळाच भरलेला असतो. फुलांची राणी कळलावी, रानहळद, भूमका, रानकेळी, झेनिया या फुलांच्या महोत्सवात खरी सामील होतात ती रंगीबेरंगी फुलपाखरं. हिरव्यागर्द पानाफुलांच्या वृक्ष लतांवर होणारी सळसळ सोसाट्याच्या वाऱ्याप्रमाणे भासून जाते. पाखरांसाठी तर हा काळ सृजनकाळ असतो. घरट्यातील पिल्लं बाहेर निघायला पंख फडफडविताना दिसतात. पाणी आणि अन्नाची या काळात काहीच कमतरता नसते. याच काळात जंगलात एकुलत्या एका अत्यंत आकर्षक पक्ष्याच्या हालचालीने आणि कारागिरीने माझे लक्ष वेधून घेतले. या पक्ष्याचं नाव आहे सुगरण. देवचिमणी (Indian Baya).

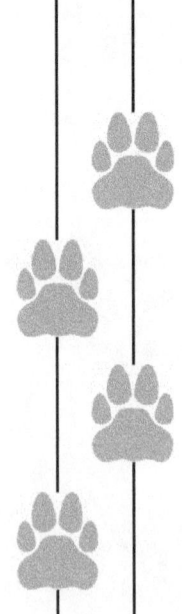

अमरावतीजवळच्या पूर्वेकडे दहा-बारा किलोमीटर अंतरावर असलेल्या वृंदावन-इंधलाच्या वनात आमच्या सहा वल्लींच्या होपच्या सदस्यांसोबत माझी भटकंती सुरू होती. भरदुपारची वेळ असूनही सूर्य कृष्णमेघांनी झाकला होता. अधेमध्ये एखादी श्रावणसरही धावून येत होती. बांबूच्या रांजीतून जाणाऱ्या रानवाटेवरून चालता-चालता दूरवर तलावाच्या काठावरील शिंदीच्या उंच झाडानं माझं लक्ष वेधून घेतलं. झाडाच्या प्रत्येक फांदीला असंख्य घरटी लोंबकळत होती. त्यावर सोनपिवळ्या डोक्याच्या सुंदर पाखरांच्या हालचाली सुरू होत्या. साधारणतः फर्लांगभर दूर असणाऱ्या

या झाडाजवळ पोचायला काहीच मार्ग नव्हता. चारही दिशांनी बेशरमच्या अक्राळ दाटीने या झाडांना वेढून टाकले होते. मात्र माझा झाडाजवळ पोचण्याचा निर्धार पक्का होता.

जोखीम पतकरून एका झुडपी नाल्यातून कसाबसा वर आलो. बेशरमच्या माजल्या रानात मी गडप झालो होतो. पाय ठेवायलाही जागा नव्हती. डोक्यावर बेशरम असावी चार-पाच फूट. खाली सरपटणाऱ्या प्राण्यांची भीती होती. कशाचीही पर्वा न करता या शिंदीच्या झाडाजवळ पोचलो आणि काय आश्चर्य! झाडावर अतिशय सुंदर अशा असंख्य सुगरण पक्ष्यांची वसाहतच होती. डांगोडांगी घरटे बनविण्याचे काम सुरू होते. गारुड्याच्या बिनसारख्या आकाराचे हे घरटे कुठे पूर्णत्वाकडे तर कुठे अर्धवट तयार झाले होते. पन्नास-साठ सुगरण पक्ष्यांचा थवा एकाएकी उधळायचा नि आपल्या इवल्या इवल्या चोचींत गवताचे पाते आणून घरट्याला विणायचे. या वेळी ते चिट, चिट् आवाज करत होते. माद्या मात्र या कामात मदत करताना दिसत नव्हत्या. मात्र काही पूर्ण होत चाललेल्या घरट्यात जाऊन घरट्याची आतून-बाहेरून पाहणी त्या करत होत्या.

डोक्यावर सोनपिवळा टोप असलेले, पिवळ्या छातीचे, वरून उभ्या रेषा असलेले आणि काळ्या रंगाच्या तोंडाचे आकर्षक सुगरण नर श्रावण सुरू झाला की घरटे बांधण्याचे काम सुरू करतात. झाडाच्या लोंबकळणाऱ्या फांदीच्या टोकावर आडव्या फांदीला गवता गवताने गाठी मारून ते खाली विणत आणतात. साधारणत: एक फूट लांब आणि एक इंच व्यासाचा लांब नळीसारखा भाग विणत आणून मधे नारळाएवढा मोठ्या आकाराचा खोपा विणतात. हे घरट्याचे हृदयस्थान. येथे एका बाजूला अंडे देण्यासाठी जागा असते आणि परत तेथून खाली हातभर लांब परत गवताचा विणलेला गोल पोकळ दांडा असतो. घरट्याच्या संतुलनासाठी अंडे ठेवण्याच्या बाजूला नर मातीच्या चिखलाचे लिंपण सुद्धा देतात. मॅकनिझम आणि वास्तुशास्त्र हा गुण पाखरात आहे. त्यामधूनच तो मानवात आला असावा.

स्थानिक स्थलांतरित सुगरण (Indian Baya) नरपक्षी हा अनेक मादयांचा स्वीकार करणारा एक चाणाक्ष पक्षी आहे. छातीवरील व डोक्यावरील सोनपिवळ्या रंगामुळे ते अत्यंत आकर्षक दिसतात. एकेक गवताचं पातं इवल्या इवल्या चोचीने गुंफण करून सहा आठवड्यांत वास्तुकलेचा अत्यंत उत्कृष्ट नमुना असलेलं घरटं बांधतात. नवीन नरांना सुरुवातीला हे काम जमत नाही. काही नर अर्धवट घरटी बांधून सोडून देतात. हळूहळू सवयीने तेही निष्णात होतात.

माद्या सौम्य वर्णाच्या असतात. त्यांचे लक्ष नराकडे नाही तर वास्तुकलेचा अत्यंत उत्कृष्ट नमुना असलेल्या खोप्याकडे असते. घरटं पूर्ण झाल्यावर मादी आतून-बाहेरून खोप्याची पाहणी करते. जो खोपा पसंत पडतो, त्यात ती राहते व घरटं बांधणाऱ्या नराबरोबर संसार करते. एप्रिल ते ऑक्टोबर हा सुगरणचा विणीचा काळ असतो. मादीने अंडे दिले की नर दुसरे घरटे बांधायला लागतो. परत दुसऱ्या मादीशी मिलन होते. एका हंगामात सुगरणनर तीन ते चार माद्यांबरोबर संसार थाटून अनेक पिलांचा पिता बनतो. मात्र घरट्यातील अंडे उबवल्यानंतर पिल्लांना अन्न आणि संरक्षण देण्याचं काम मादी करते. पिलांच्या पंखांत बळ आलं, की मायबापांची कायमची ताटातूट होते. सुगरणनर-मादीही मग ते घरटे सोडून देतात. पक्ष्यांना कशाचाच मोह नाही.

कबिराने म्हटल्याप्रमाणे –

ना घर मेरा ना घर तेरा दुनिया रैन बसेरा

सुगरण पक्ष्याची कारागिरी पाहून सुप्रसिद्ध कवयित्री बहिणाबाई चौधरी म्हणतात –

खोपा इवला इवला जसा गिलक्याचा कोसा,
पाखराची कारागिरी जरा देखरे माणसा,
तिची उलूशीच चोच तेच दात तेच ओठ,
तुला देलेरे देवान दोन हात दहा बोटं

सुगरण नर-मादीने घरटे सोडल्यानंतर मुनिया पक्षी त्या घरट्याच्या मध्यभागी भोक पाडून स्वतःच्या विणीसाठी ते वापरतात. भारतात सर्वत्र बांगला देश, पाकिस्तान, श्रीलंका, ब्रह्मदेश येथे सुगरणचे वितरण आहे.

मूठभर जिवाची आकाशाएवढी कारागिरी स्वतःला बुद्धिवंत समजणाऱ्या माणसासाठी आश्चर्यकारकच नव्हे तर आव्हानात्मकही आहे. कारण हा पक्षी एक कुशल अभियंता आहे, असे मला वाटते, माझी पक्षिनिरीक्षणाची सुरुवात पंचवीस वर्षे अगोदर सुगरण पक्ष्याच्या निरीक्षणानेच झाली होती. म्हणून सुगरण पक्षी हा माझी प्रेरणा आहे. पक्षिकुळातील या उत्कृष्ट कारागिराला माझा सलाम!

–०–०–०–

१७.
सूर्यास्ताचं देणं : मोठा धनचुवा

आषाढाच्या कृष्णमेघी वातावरणात मी दुचाकीने मालखेड जलाशयावर पोचलो. सूर्य तिसऱ्या प्रहराकडे चालला होता. कृष्णमेघांच्या लपंडावातून त्याची सोनेरी किरणं जलाशयातील निळ्या निळ्या पाण्यावर पसरली होती. एक सोनपिवळी झळाळी मालखेड जलाशयाला मिळाली होती. या वर्षी पावसाचं प्रमाण कमी असल्यामुळं जलाशय अर्धेही भरले नव्हते. त्यामुळे जलाशयाच्या अधेमध्ये हिरव्या गवतांची बेटं मनाला साद घालीत होती. काठावरच्या चिखलात चमचा, रंगीत करकोचे, काळ्या बाकदार चोचीचे कंकर पक्षी आपल्या भक्ष्यांवर ताव मारत होते. मध्येच नदी सूरय पक्षीही च्यूविक्, च्यूविक् आवाज देत पाण्यावरून भराऱ्या घेत होता. पांढऱ्या मानेच्या करकोच्यांचा एक थवाही आता नभातून दूरवरून येऊन जलाशयावर उतरला. माझं पक्षिनिरीक्षण सुरू झालं. एवढ्यात मंजूळ शीळ कानावर पडली आणि माझी डोळ्यांची शोधमोहीम सुरू झाली. विणीच्या हंगामात गाणारे व शीळ घालणारे पक्षी अधिक गोड गातात. मादी यामुळे अधिक आकर्षित होत असते.

तळ्याच्या काठावर एक टिटवीपेक्षा थोडा मोठा असलेला नवखा पक्षी माझ्या नजरेत पडला. हिरव्या हिरव्या गवतातील, दगड-धोंड्यांतून तो धावत होता. त्याची चोच जाड व लांब असून ती काळी पिवळी होती. चेहऱ्यावर डोळ्यांभोवती काळे पिवळे उभेआडवे पट्टे होते. त्यामुळे त्याचे डोळे वटारल्यासारखे दिसत होते. रंगाने वरून तो पिवळसर राखट तपकिरी रंगाचा होता. छातीचा रंग करडा भुरा होता. गळ्याखाली पांढरा रंग होता. एवढ्यात तो शीळ वाजवत

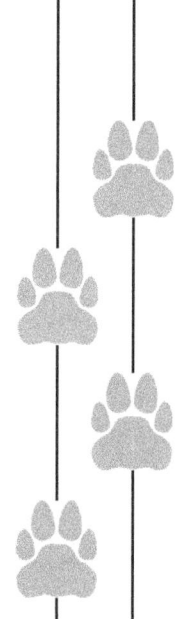

मादीजवळ पोचला. दोघंही एकमेकांजवळ आले. काहीतरी हितगूज झाले आणि दोघेही परत दगडाखालील भक्ष्य टिपू लागले. मी टोंगळ्यावर रेंगत रेंगत पाच-पाच फुटांवर जाऊन अंतर कमी कमी करत त्याचे छायाचित्र घेत होतो. सुरुवातील जवळपास दोनशे फुटांवरून छायाचित्र घेत घेत अर्धा तासाने या पक्ष्याजवळ अंदाजे तीस-चाळीस फुटांवर पोचलो. त्याच्या सौंदर्याने माझ्या मनाला भुरळ घातली. निसर्गाने पाखरांवर मुक्तपणे रंगांची उधळण केली आहे. त्यातही नर पक्ष्याची सुंदरता देखणी असते. कारण माद्या नरांवर भाळल्या, की नरासोबत मिलन करून जास्तीत जास्त प्रजोत्पादन व्हावे, हा निसर्गाचा प्रमुख हेतू असतो.

माझ्या २०-२५ वर्षांच्या अरण्यभ्रमणात नवीन पक्षी दिसला, की त्याच्या निरीक्षणासाठी साधनामय अवस्थेत जाण्याचा प्रयत्न करतो. त्या वेळी समोरच्या पक्ष्याशिवाय मला मग काहीच दिसत नाही. काळ आणि वेळाचंही भान राहत नाही. सूर्यास्ताच्या अखरेच्या किरणात मी जवळपास एक-सव्वा तास या पक्ष्याचा पाठलाग करत होतो. त्याच्या निरीक्षणाने मला चैतन्य मिळाले होते. एवढ्यात नभात एक कृष्णमेघ डोक्यावर आला आणि पावसाची हलकीशी रिमझिम सुरू झाली. पुढ्यातील या नवख्या दुर्मीळ पक्ष्याची जोडीही शीळ वाजवत पलीकडे उडत निघून गेली. सूर्यास्ताची सांजछाया मालखेडच्या त्या सोनेरी जलाशयावर हळुवारपणे पांघरली जात होती. पक्ष्यांच्या हालचालीही मंदावल्या होत्या. मी व माझा निसर्गसखा नितीन दुर्बिण, कॅमेरा व आवश्यक सामान गुंडाळून परतीवर निघालो.

घरी येऊन जागतिक पक्षिशास्त्रज्ञ डॉ. सलीम अली यांचे 'द बुक ऑफ इंडियन बर्ड्स' हे पुस्तक पाहू लागलो. आणि मला आश्यर्याचा धक्का बसला. मालखेडचा हा पक्षी होता मोठा धनचुवा Great stone plover. याचे शास्त्रीय नाव Esacus magnirostris recurvirostris (cuvier) हे आहे. हा पक्षी दुर्मीळ असून भारतात पठारी भाग, अंदमान-निकोबार, नेपाळ, श्रीलंका, बांगला देश येथे आढळतो. खडकाळ नद्या, समुद्रकिनारे हे या पक्ष्याचे ठिकाण असते. मोठा धनचुवा हा पक्षी चांगला धाविक असून फेब्रुवारी ते जुलै हा या पक्ष्यांचा विणीचा हंगाम असतो. नदीकिनारी त्याचे दगड-धोंड्यांमध्ये घरटे असते. दगडाखालील खेकडे हे त्याचे आवडते खाद्य असून त्यासाठी या पक्ष्यांच्या चोचीचीही रचना विशिष्ट अशीच असते. किडे, कीटक हेसुद्धा या पक्ष्यांचं अन्न आहे.

मालखेड जलाशय अमरावतीपासून पूर्वेकडे २५ किलोमीटर अंतरावर चांदूररेल्वे रस्त्याने उजव्या भागात मुख्य रस्त्यापासून २ कि.मी. आत आहे. या

जलाशयाचे वातावरण स्थानिक व परदेशी स्थलांतरित पक्ष्यांसाठी अतिशय उपयुक्त असून त्यांना येथे भरपूर प्रमाणात अन्न व निवारा उपलब्ध आहे. आणि म्हणूनच रंगीत करकोचा, चमचा, कंकर, पांढऱ्या मानेचा करकोचा इ. असंख्य दुर्मीळ पक्षी या जलाशयावर मुक्तपणे वावरताना दिसतात. जलाशय असंख्य पक्षी-अभ्यासकांना आणि निसर्गप्रेमींना साद घालीत आहे. मी तर महिन्यातून दोन-तीन वेळा या संपन्न अशा मालखेड जलाशयावर जातोच. कारण तो मला नेहमीच भरभरून देत असतो. पक्षिजीवनातील असंख्य रहस्यं उलगडून दाखवत असते. या भ्रमणातूनही मला एक नवीन रहस्य उलगडले होते. त्याचे नाव 'मोठा धनचुवा'.

सूर्यास्त हा एक ठिकाणासाठी सूर्यास्त जरी वाटत असला, तरी तो दुसऱ्या ठिकाणासाठी सूर्योदय असतो. त्यामुळे सूर्याभोवती आणि स्वत:भोवती फिरणाऱ्या या पृथ्वीवर सूर्योदय आणि सूर्यास्त क्षणाक्षणाला सुरूच असतात. मालखेड जलाशयावरील आजच्या सूर्यास्ताने मला मात्र मोठा धनचुवासारख्या अत्यंत दुर्मीळ पक्ष्याचं निरीक्षण करायला मिळालं होतं. त्यामुळं माझ्या पक्षिनिरीक्षणात एक नवीन पहाट झाली होती.

पक्षिनिरीक्षण ही एक साधना आहे. ती सतत करत राहिल्यास हळूहळू निसर्गरक्षणाची आपोआप ओढ लागते. मालखेडच्या सूर्यास्तातून एक नवीन पहाट उगवली होती. ती होती मोठा धनचुवा या पक्ष्याच्या दर्शनाची!

−०−०−०−

१८.
मालखेडचा चैत्रसखा

वसंतहृदयी चैत्र वैशाखाच्या उंबरठ्यावर होता. पळस, शाल्मलीचा पुष्पसंभार उतरून त्यांना पानोपानी शेंगा लगडल्या होत्या. रानवाऱ्यामुळं एक नादमय आवाज तेथे गुंजत होता. पांगारा मात्र आपल्या बारीक गुलाबी फुलांनी अजूनही डवरलेलाच होता. चैत्रपालवीने झाडाझाडांवर कोवळ्या तजेलदार पानांची शिंपण केली होती. पूर्वेचं तांबडं फुटता फुटता माझी पावलंही मालखेडच्या जलाशयावर पडली. दुचाकी बाजूला ठेवली आणि मी व पद्माकर लाड पायी निघालो.

अमरावतीपासून चांदूररेल्वे रस्त्याने अंदाजे २५ किलोमीटर अंतरावर असलेलं हा मालखेडचा जलाशय. जलाशयाचा उत्तरेकडचा शेवटचा बराच भाग कोरडा पडला आहे. अथांग पाण्यामुळं वर्षभर न दिसणारा जलाशयाचा तळभाग बेशरमच्या झाडांनी व्यापून टाकला होता. या बेशरमी जंगलातून पायवाट काढत काढत आम्ही पुढं जात होतो. कोल्हे-लांडगे यांचे लपनही बऱ्याच ठिकाणी नजरेस पडत होते. पुढे काही ठिकाणी बेशरमीची टेकड्या टेकड्यांची उंच बेटे तयार झाली होती. ती मागे टाकून आम्ही जलाशयाच्या पुढ्यात पोचलो.

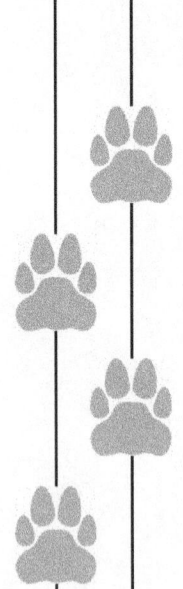

समोर असलेल्या जलाशयावर हलकसं तांबडं पसरलं होतं. त्यामुळं त्याला सोनसळी झळाळी मिळाली होती. पाणी चांदीसारखं चकाकू लागलं होतं. काठावर दलदल आणि त्याअगोदर हलकासा ओला जमिनीचा थर होता. त्यावर हिरवी गवती वनस्पती दूरवर गालिच्यासारखी पसरली होती. पूर्वेचं सोनपिवळं कोवळं ऊन त्यावर उतरलं होतं. नुकत्याच पाणी आटलेल्या दलदलीच्या जमिनीवरून चालताना अवकाशातील

एखाद्या ग्रहावरून चालल्यासारखा अनुभव येत होता. कारण प्रत्येक पाऊल दोन ते चार इंच आत जात होतं. त्यामुळं श्वास रोखून पावलावर जास्त वजन पडू देता येत नव्हते. हा एक अनोखा अनुभव होता. एका ठिकाणी बगळ्यांचा थवा शांतपणे त्या गवतात बसून किडे-कीटक खाण्यात गुंग होता. विणीच्या हंगामामुळे त्यांच्या माना व पाठीचा भाग हळद्या रंगाचा होतो. मध्ये मध्ये ते क्कॉ, क्कॉ आवाज करत होते. सुखद गारवा तेथे जाणवत होता. जलाशयाच्या शेवटच्या भागातून पश्चिमेकडे एक मोठा ओहळ पाण्याने भरून वाहत होता.

जलाशयाच्या दक्षिण काठावर काळा कंकर, तीस-चाळीस धनवरचा थवा, उघड्या चोचीचे करकोचे, रंगीत करकोच्यांचा थवा, पांढरे करकोचे, पाणकावळे इ. पक्षी पहाटेचं भक्ष्य शोधण्यात गुंग झाले होते. दिगंतरातून एक पांढऱ्या मानेचा करकोचा विमानासारखे पंख पसरवून तेथे उतरला. खाली तेथे आधीच चार-पाच करकोचे होतेच.

एवढ्यात पाण्याच्या काठावरच्या दलदलीत एका तीन-साडेतीन फूट उंचीच्या नवख्या पक्ष्याने माझं लक्ष वेधलं. रंगाने तो संपूर्ण पांढरा असून पंख मात्र काळे होते. पाय अतिशय लांब गुलाबी रंगाचे एखाद्या जिराफासारखे दिसत होते. त्याची चोचही टोकदार लांब व लाल होती. तो एकाच ठिकाणी शांतपणे उभा होता. माझे मित्र पक्षितज्ज्ञ पद्माकर लाड यांनी दुर्बिणीतून त्याचे निरीक्षण केले आणि त्यांच्या तोंडातून आश्चर्यमिश्रित आनंदाने शब्द बाहेर पडले-'पांढरा करकोचा' (European white stork). माझ्याही आनंदाला पारावार उरला नाही. अत्यंत दुर्मीळ असलेला हा स्थलांतरित परदेशी पक्षी दोन तपाच्या अरण्यभटकंतीत मी आज प्रथमच पाहिला होता. त्यामुळे मलाही वेगळाच आनंद झाला होता. श्वास रोखून मी त्याची भराभर छायाचित्रं काढू लागलो. एवढ्यात त्याने आपले पंख उघडले आणि एक मोठे उड्डाण घेऊन डावीकडच्या काठावर दूरवर जाऊन उतरला. मध्ये पाण्याने भरलेला ओहळ असल्याने त्याच्या जवळ पोचणे मला शक्य नव्हते. तेथे तो बराच वेळपर्यंत एकाच पवित्र्यात उभा होता. हालचालही मंद होती. पंख थोडे मातकट दिसत होते. त्याच्या उडण्याची वाट पाहत आम्ही थकून गेलो आणि उजवीकडच्या भागाकडे निघालो.

जागतिक कीर्तीचे वन्यजीवशास्त्रज्ञ डॉ. सलीम अलींच्या 'द बुक ऑफ इंडियन बर्ड्स' या पुस्तकात या पक्ष्याला 'युरोपियन व्हाइट स्टॉर्क' म्हटले आहे. याचे शास्त्रीय नाव ciconia ciconia (Linnaeus) असून त्याची उंची १६०

सेंटीमीटरपर्यंत असते. दलदल, पाणथळ, ओलसर गवती भागात तो एकटा, जोडीने किंवा थव्याने राहतो. हा युरोपातील पक्षी असून हिवाळ्यामध्ये ते उत्तरेतून भारत, नेपाळ, बांगला देश, पाकिस्तान, श्रीलंका येथे काही प्रमाणात थव्याने येतात. महाराष्ट्रात मात्र त्याचे कोठेही वितरण नसल्याचे सदर पुस्तकातील नकाशात दाखविले आहे. एकदा जर्मनीमध्ये पक्षिशास्त्रज्ञांनी एका पांढऱ्या करकोचाच्या गळ्यात रिंग टाकली होती. तोच पक्षी ६४०० किलोमीटरचे अंतर पार करून भारतात बिकानेर येथे आढळला, असाही त्यात उल्लेख केला आहे. या पक्ष्याची वीण हिवाळ्यामध्ये पश्चिम आशिया, मध्य युरोपमध्ये मे ते जुलैमध्ये होते. लांब काड्या-काटक्यांचे घरटे मोठ्या झाडांवर, इमारतीच्या टोकांवर करतात. मादी एकावेळी तीन ते पाच अंडी देते. ती संपूर्ण पांढऱ्या रंगाची असतात. बेडूक, पाली, मोठे किडे, मोठे टोळ हे त्यांचं अन्न होय. दोन वर्षांपूर्वी तो केवळ एकदा महाराष्ट्रात अहमदनगर जिल्ह्यात आढळून आल्याचे समजते.

बदलते जागतिक हवामान यामुळे हा अत्यंत दुर्मीळ पांढरा करकोचा अमरावती जवळच्या मालखेड जलाशयावर आला असावा किंवा परतीच्या प्रवासात तो काही कारणांमुळे मागे राहिला असावा, असे वाटते. बहुतेक तो परतीच्या प्रवासात असताना काही कारणामुळे तेथे उतरला असावा.

परग्रहासमान वाटणारा मालखेड जलाशय गेल्या कित्येक वर्षांपासून अनेक स्थलांतरित पक्ष्यांसाठी सुरक्षित असे आश्रयस्थान बनले आहे. हिवाळ्यामध्ये अनेक दुर्मीळ स्थलांतरित पक्ष्यांचे मेळे येथे भरतात. रंगीत करकोचे, उघड्या चोचीचे करकोचे, पांढऱ्या मानेचे करकोचे, काळा व पांढरा कंकर, धनवर, नदी सुरय इ. पक्ष्यांनी हे जलाशय आपलं प्रमुख निवासस्थान बनवलं आहे. येथे मिळणारे मुबलक अन्न, पाणी, घरट्यांसाठी मालखेड जंगलाची वृक्षसंपदा आणि सुरक्षितता असे अनुकूल वातावरण या दुर्मीळ पक्ष्यांना लाभल्याने मालखेडच्या संपन्नतेत आणखी भर पडली आहे. यात तिळमात्र शंका नाही. वैशाखी सूर्य वर येऊ लागला होता. तसतसे उन्हाचे चटके बसू लागले आणि मी, पक्षितज्ज्ञ श्री. पद्माकर लाड, निसर्गसखा नितीन खंडारकर आम्हीही माघारी फिरलो ते अत्यंत दुर्मीळ अशा मालखेडचा चैत्रसखा युरोपियन पांढरा करकोचाच्या आठवणी मनात ठेवून.

–०–०–०–

१९.
मत्स्य ससाणा

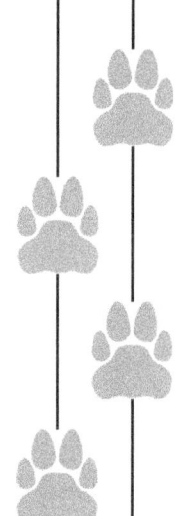

वर्षाऋतू संपून हेमंताने आपला थंडीचा पिसारा फुलविला होता. भरपूर पाऊस झाल्याने नदी–नाले, जलाशय, तलाव तुडुंब भरले होते. गवती माळराने माजावर आली होती. पाखरांची पिल्लं मोठी होऊन माय–बापाच्या संगतीनं भराऱ्या घेऊ लागली होती. हेमंत ऋतूतील कार्तिक महिना म्हणजे हिवाळ्याचा मुकुटमणी. अंगाला झोंबणारा गारवा सांजप्रहरीची हुडहुडी भरवत होता. दुचाकीवरून हा कापरा वारा अंगावर घेत अमरावतीपासून ५५ किलोमीटर अंतरावरच्या अप्पर वर्धा जलाशयाच्या मुख्य दरवाजाजवळ येऊन पोहचलो. येथे एकूण तेरा दरवाजे आहेत.

सूर्यास्ताचं तांबडं ऊन त्या दरवाजातून पडणाऱ्या पाण्यावर पडले होते. खालून उठणाऱ्या तुषारांमध्ये सोनेरी किरणांच्या तांबूस पिवळ्या रंगाच्या छटा पसरत होत्या. ह्या सोनेरी तुषारघड्या क्षणाक्षणाला हवेच्या झोक्यानं पालटत होत्या. पाकोळ्यांचा एक थवा वावटळीसारखा तेथे अवतरला. एवढ्यात एका घारीएवढ्या पक्ष्याच्या आगमनाने माझे लक्ष वेधले. काही क्षण तो खुंटावर बसायचा आणि लगेच पहिल्या दरवाजापासून तेराव्या दरवाजापर्यंत भरारी घेऊन नभात जायचा. परत गोल गोल घिरट्या घेत परत यायचा. माझी नजर व कॅमेरा त्याच्या पाठोपाठ फिरू लागला होता. वरून गर्द तांबड्या रंगाच्या या पक्ष्याचा मानेपासून खाली पायापर्यंतचा संपूर्ण भाग पांढरा शुभ्र दिसत होता. मात्र त्याच्या गळ्यावरील एक तांबड्या रंगाचा आडवा पट्टा लक्ष वेधत होता. तो एखाद्या राणीच्या गळ्यातील नेकलेससारखा दिसत होता.

मी निरीक्षण करत असलेला हा पक्षी त्याच्या विशिष्ट

आकार व रंगावरूने अत्यंत दुर्मीळ असल्याचे माझ्या लक्षात आले. आता तो जलाशयाच्या दरवाजा-जवळून उडत उडत दिगंतरातून दक्षिणकडे वाहणाऱ्या वर्धा नदीच्या पात्रावर घिरट्या घेऊ लागला. या वेळी तो वरून पाण्यात काहीतरी शोधत होता. आता तो नदीच्या पाण्यावर अंदाजे दोन-एकशे फुटांवर गोल गोल फिरत होता. खालील पाण्याचे स्कॅनिंग वरून करता करता त्याने तिरप्या रेषेत खाली येऊन सरळ पाण्यात सूर मारला आणि काही क्षणाकरिता तो गडप झाला. सातव्या सेकंदात तो पाण्याचे पोट फाडून एखादा ज्वालामुखी वर यावा तसा वर आला. मला तर तो राखेतून भरारी घेणारा फिनिक्सच वाटला. त्याने चोचीत एक मासा आडवा पकडून आणला व उंच भरारी घेत धरणाच्या भिंतीवरून उडत जाऊ लागला. आता त्याने उडता-उडता त्या माशाला आपल्या दोन्ही पंज्यांत पकडले व मधून मधून त्यावर आपल्या तीक्ष्ण चोचीने वार करू लागला. माझ्या जवळून अंदाजे एक-दीड फर्लांग तो दूर जाऊन जलाशयाच्या भिंतीवरच्या एका लोखंडी विजेच्या खांबाच्या आडव्या ट्यूबलाईटवर जाऊन बसला. माझी धावपळ सुरूच होती. शेवटी मी त्याचा पाठलाग करून तो बसलेल्या खांबाजवळ अंदाजे तीन-एकशे फुटांवर येऊन थांबलो. धावल्यामुळे मला थोडी धापही लागली होती.

तेथे बसून तो मासा पंज्यात धरून तोंडाकडून सोलत खाऊ लागला. त्याच्या चोचीतील मासा असावा अंदाजे एक फूट लांबीचा व अर्धा-पाऊण किलो वजनाचा. खाताना त्याची नजर मात्र माझ्याकडेच होती. मधेमधे तो क्कर्र असा आवाजही काढत होता. मी मात्र त्याची छायाचित्रे भराभर कॅमेरात बंदिस्त करत होतो. सूर्यास्ताची अखेरची तांबडी छटा त्याच्या पंखांवर पसरली आणि एक उंच उड्डाण घेऊन तो जलाशयाच्या अथांग पाण्यावरून दिगंतरात अदृश्य झाला.

माझी पावलंही आता परतीवर फिरली आणि दीड तासाने घरी आल्याबरोबर अरण्यलेखक श्री. मारुती चितमपल्ली यांचा पक्षिकोश हा ग्रंथ उघडला. ग्रंथामध्ये त्याचे छायाचित्र कुठेच न आढळल्याने थोडा निराश झालो व थेट माझे गुरूवर्य संशोधक डॉ. विजय इंगोले व पक्षितज्ज्ञ श्री. पद्माकर लाड यांच्या पुढ्यात येऊन कॅमेऱ्यातील छायाचित्रं त्यांना दाखवू लागलो. लाडसाहेबांनी जगविख्यात पक्षिशास्त्रज्ञ डॉ. सलिम अली यांच्या 'द बुक ऑफ इंडियन अँड पाकिस्तान बर्ड' या पुस्तकात त्याला शोधणे सुरू केले आणि काय आश्चर्य! दोघांनीही माझ्या पाठीवर शाबासकीचा हात ठेवत माझे अभिनंदन केले. तो होता युरोपातून आलेला

अत्यंत दुर्मीळ मत्स्य ससाणा (Osprey). याचे शास्त्रीय नाव Linnacus असे आहे. हिवाळ्यात तो युरोपातून भारत, बांगला देश, पाकिस्तान, सीलोन, बर्मा येथे येतो. भारतातील धरणं, मोठ्या नद्या, जलाशय येथे तो या काळात येतो. युरोपमध्ये एप्रिल ते जून महिन्यात त्याची वीण होते. कधी कधी हिमालयातही त्याची वीण होते. सदर पुस्तकात अशी नोंद असून महाराष्ट्रात मात्र त्याचे कुठेही वितरण नाही, असेही त्यातील नकाशामध्ये दाखविण्यात आले आहे. मारुती चित्तमपल्ली यांच्या पक्षिकोश या ग्रंथात त्याचे छायाचित्र नसून माहिती मात्र उपलब्ध आहे. त्यात या पक्ष्याचा मीनखाई खार किंवा समुद्र गरुड असा उल्लेख केला आहे. Pandion हे ग्रीक देशातील राजाचे नाव असून मराठीत याचा उल्लेख 'मोरघार' असाही केला आहे.

पस्तीस हजार मैलांवरून युरोपातून येणाऱ्या दुर्मीळ मत्स्य ससाण्याच्या पस्तीस मिनिटांच्या दर्शनाने मला पक्षिनिरीक्षणात एक नवीन झळाळी मिळाली, यात तिळमात्र शंका नाही. स्थलांतरित पक्ष्यांच्या अभ्यासावरून कवीने त्याचे पुढीलप्रमाणे यथार्थ वर्णन केले आहे-

पंछी, नदीयाँ पवन के झोके,
कोई सरहद ना इन्हे रोके.

-o-o-o-

२०.
डोंगरी धनेश

आश्विनातील अरण्यपहाट जागी झाली. मेळघाटातील रायपूरच्या जंगलातील रानवाटा चिंब भिजल्या होत्या. हिरवे वस्त्र पांघरलेल्या सातपुड्याच्या डोंगररांगा दूरवर क्षितिजापर्यंत पसरलेल्या दिसत होत्या. त्याखालील आदिवासींची हिरवी हिरवी शेते पिकांनी भरून आली होती. पूर्वेच्या कोवळ्या उन्हाची हलकीशी छटा त्या पिकांना सोनसळी झळाळी देत होती. नदी-नाले-ओहळ भरभरून वाहत होते. दिगंतरात कृष्णमेघांची धावपळ सुरू झाली. अरण्य रानपाखरांच्या नाना स्वरांनी भारून गेलं. गोकर्णीची निळी-जांभळी फुलं, झेनियाची गुलाबी-पिवळी फुलं रानवाटांचं सौंदर्य खुलवीत होती.

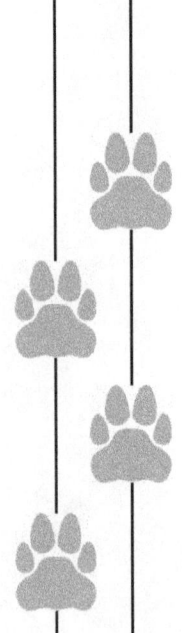

धुकं पांघरलेली रानवाट गवताच्या पात्यावरील दवबिंदूंनी हिरे-माणकांप्रमाणे चकाकत होती. दिगंतरात कृष्णमेघ रेंगाळल्यासारखे दिसत होते. एवढ्यात पावसाची एक लहानशी सरही रानावर धावून आली आणि आली तशीच परतही गेली. रानपाखरांच्या भूपाळीने रान भारलं गेलं होतं. विविधरंगी रानफुलांचा रानमहोत्सव तेथे सुरू होता. कुठे कुठे गवती झुडपांच्या अधेमधे कळलावीची हाताच्या ओंजळीच्या आकाराएवढी गुलाबी-पांढरी-पिवळी फुलं जणूकाही सजीव सृष्टीच्या स्वागतासाठीच सज्ज झाल्यासारखी वाटत होती. सारी सृष्टी शृंगारल्यासारखी दिसत होती.

पूर्वेच्या शेंदरी-सोनेरी नभातून पांढऱ्या शुभ्र बगळ्यांचा एक थवा डोंगरापलीकडे चालला होता. मोहाच्या झाडावरून राव्यांचा एक थवाही रानवावटळ उठावी तसा उधळला गेला. दोन्ही बाजूंनी उंच-उंच सागवृक्षाच्या मधातून जाणाऱ्या रानवाटेवर आम्ही पायी चालत होतो. सरळ उंच सागाची

झाडं हिरव्या-पिवळ्या पानांनी लदबदली होती. एवढ्यात रानवाटेवर समोर दोनशे फुटांवरून उजवीकडच्या झाडाझाडांतून डावीकडच्या वनात भरारी घेणाऱ्या एका नवख्या परंतु सुंदर मोठ्या चोचीच्या पक्ष्याची भरारी माझ्या नजरेत पडली. काही वेळातच त्याच्या मागोमाग दुसरा पक्षीही क्की क्की असा कर्कश आवाज करत गेला आणि लगेच तिसरा, परंतु लहान. तोही त्यांच्या मागे मागेच होता. नर, मादी आणि पिल्लू असं अख्खं कुटुंबच तेथे होतं. माझा पाठलाग सुरू झाला. निरीक्षणासाठी वेगवेगळ्या पद्धतींचा अवलंब करणे सुरू झाले. आकाराने तो घारीएवढा होता. त्याची मान, पाठ, पंख काळ्या रंगाचे होते. उडताना पंखांच्या बाहेरील कडा व शरीराचा खालचा भाग पांढऱ्या रंगाचा दिसत होता. त्याचे शेपूट लांब, चोच अत्यंत वेगळी व शिंगदार दिसत होती. त्या चोचीवर परत एक लहान धारदार बाशिंगी चोच होती. दोन्हींचा रंग मेणासारखा काळा-पिवळा होता. भल्या पहाटे येथील सागगारात हे कुटुंब अन्नाच्या शोधात भटकत होते. या पक्ष्याचा विशिष्ट आकार आणि सुंदर रंगसंगती यावरून त्याची ओळख पटकन झाली आणि मला मोरपिसारी आनंद झाला. तो होता दुर्मीळ असा डोंगरी धनेश. मलबार पाईड हार्नबील किंवा मलबारी अबलख धनेश असे त्यास म्हणतात.

इतक्यात खवल्या-खवल्या काळ्या रंगाच्या साजडच्या उंच झाडावर डोंगरी धनेशची मादी जाऊन बसली. एका आडव्या वाळसर फांदीवर बसून त्या खोडाचे लहान लहान पोपडे चोचीत धरून काढू लागली आणि आतील किडे-कीटक मटकावू लागली. सालीचे पोपडे काढत काढत ती वरवर कीऽऽ कीऽ आवाज करत चढत होती. एका ठिकाणी बसून आपली मान खालीवर करून पाहायची. एवढ्यात तिचं पिल्लूही क्की क्की आवाज करत तिच्याजवळ पोचलं आणि त्याला अतिआनंद झाला. आपल्याला आता आईकडून अन्न मिळणार म्हणून. पण व्यर्थ! तिचे काम तसेच चालू होते. भक्ष्य शोधायचं आणि ते खायचं. आई आपल्याकडे लक्ष देत नाही हे त्याच्या लक्षात आलं असावं. मग ते पिल्लूही आपोआप आईसारखं वाळली साल आपल्या चोचीने काढू लागलं आणि त्याखाली निघणारे किडे खाऊ लागलं. पिल्लाची आई बाजूच्या फांदीवरून हे सर्व पाहत होती. कदाचित पिल्लं मोठी झाल्यामुळे आपले अन्न आपण मिळविण्यासाठी तिची ही शिकवण असावी. त्यात ती आज यशस्वी झाली होती. कारण कदाचित तिच्या पिल्लाने पहिलं भक्ष्य स्वत: मिळविलं असावं. पाखरकुळामध्ये पिल्लांच्या पंखांत बळ आलं, की माय-बाप मोकळे होतात.

स्वत:चं अन्न स्वत:च मिळवा आणि आपलं रक्षणही आपणच करा आणि वयात आलं की जोडीदार स्वत:च मिळवा. हे सर्व करण्याची ज्याची तयारी असेल, तोच पुढे टिकून राहील आणि आपल्या कुळाचा वंशवेलही वाढवेल आणि पर्यावरणाचा समतोलही साधेल. अशी ही निसर्गानेच केलेली व्यवस्था होय.

हॉर्नबील हे पक्षी ब्यूसेरोटिडी या कुळात येतात. धनेशाच्या एकूण नऊ जाती आहेत. त्यांतील हा मलबार पाईड हॉर्नबील होय. याचे शास्त्रीय नाव Anthracaceros Coronatus असे आहे. याला मराठीत 'डोंगरी धनेश' असे म्हणतात.

हा पक्षी पश्चिम बंगाल, ओरिसा, आंध्रप्रदेश, मध्यप्रदेश, पूर्व महाराष्ट्र व केरळ ह्या भागांत आढळतो. सदाहरितपर्णी, आर्द्रपानगळीची जंगलं, जुन्या आंबराया तसेच वनग्रामातील जुनी वडाची, पिंपळाची झाडे या भागात त्याचे वास्तव्य असते. रत्नागिरीपासून ओरिसा व दक्षिणेकडे कर्नाटक, तामिळनाडू व केरळ या प्रदेशातील पठारी भाग ते ३०० मीटर उंचावरील सदाहरितपर्णी वृक्षांची वने आणि पानगळीची आर्द्र वने यांत मलबारी अबलख धनेश आढळून येतात.

डोंगरी धनेशाचे मुख्य अन्न फळे असून पाली, उंदीर व पक्ष्यांची पिल्लंही तो खातो. त्याची साद कर्कश किंकाळीसारखी असते. विणेचा काळ मार्च ते जून आहे. ह्याचे घरटे उंच झाडावर असते.

नर–मादी झाडाच्या ढोलीत चिखलाने एक गोलाकार घरटे तयार करतात. हे घरटे तयार करताना आतमध्ये मादीला बसण्याची व्यवस्था, अंडी, त्यानंतर पिल्लं आणि त्यांची सुरक्षितता यांचा विचार केला जातो. घरटे पूर्ण होताना मादी घरट्यात जाऊन बसते आणि नर बाहेरून चिखलाने ते घरटे पूर्ण करतो. मादीला बाहेरून अन्न पुरवितो. वड, औदुंबर, खिरणी इ. फळं घरट्याला असलेल्या एकमेव भोकातून देतो. घरटे मातीचे असल्यामुळे उन्हाळ्यात मादीला उकाडा जाणवत नाही. मादीला पिल्लं झाल्यावर ती उघडून बाहेर येण्यासाठी एक महिन्याचा काळ लागतो. पिल्लं अंड्यातून बाहेर आल्यानंतर अंड्याची टरफलं मादी घरट्याच्या छिद्रातून बाहेर टाकते. पिल्लं मोठी होऊ लागल्याने घरट्यात विष्ठा पडते. विणीचा हंगाम आणि त्यानंतरचे ३५ दिवस अशी ९० ते १०५ दिवस पिल्ले व मादी घरट्यातच असतात. दररोजच्या विष्ठेने घरटे खराब होऊ नये म्हणून धनेश नर मादीला घरट्यात कडुनिंब, आंबा इ. झाडांच्या ठिसूळ सालीचे तुकडे आत देतो. त्या सालीवर मादी व पिल्लं विष्ठा टाकतात आणि दररोज असे विष्ठा केलेले तुकडे मादी बाहेर फेकते. हे तुकडे मलमूत्र शोषून घेते. हे काम सतत सुरू

असल्याने घरटे स्वच्छ राहते. पिल्लं मोठी होत असल्याने मादी त्यांच्या सोयीसाठी घरटे फोडून बाहेर येते व घरटे पुन्हा बंद करून घेते. त्यानंतर ३० ते ३५ दिवस पिल्लं घरट्यातच असतात. नर-मादी दोघेही बाहेरून पिल्लांना अन्न पुरवितात. पिल्लं मोठी झाली की ती घरटे फोडून बाहेर येतात आणि नवीन जगात स्वतंत्रपणे विहार करू लागतात.

-०-०-०-

२१.
घुबडांच्या टापूत

हुडहुडी भरवणाऱ्या थंडीत मेळघाटातील चौराकुंड वनक्षेत्रात पावलं पडली. मालूरवरून चार-पाच किलोमीटरनंतर सातपुड्याच्या एका पर्वतरांगेवर येऊन पोचलो. लाकडं आणि बांबूचा योग्य उपयोग करून येथे सुंदर अशी वनकुटी बांधण्यात आली आहे. यालाच वनचौकीही म्हणतात. येथून सुरक्षिततेच्या दृष्टीने जंगल परिसरावर लक्ष ठेवण्यात येते.

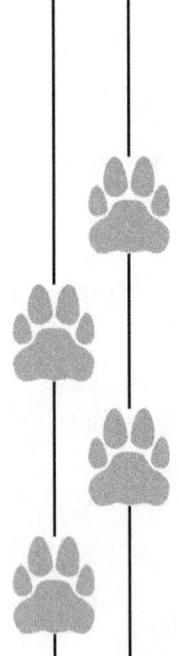

खाली सभोवताल खापरा नदीचे खोरे आहे. गर्द वनराईतून ती नागमोडी वळणे घेत प्रवास करते. या खोऱ्यामध्ये चिंचेच्या पानापेक्षाही बारीक पानांचा खेर, धावडा, लेंडिया, धामण, कहू, साजड, जांभूळ, उंबर इ. वृक्ष हातात हात घालून उभे आहेत. येथून दूरपर्यंत सातपुड्याच्या पाच रांगा नजरेस पडतात. पर्वताला वळसा घेऊन वाहणारी 'खापरा' नदी परिसरातील सजीव सृष्टीला जीवन देते. या नदीच्या झुळझुळ वाहणाऱ्या पाण्यामध्ये डोहसुद्धा आहेत. त्यांमध्ये काठावरील निबिड अरण्याचं प्रतिबिंब दिसतं.

सूर्य क्षितिजापलीकडे चालला होता. सांजसावल्या खापरा खोऱ्यावर उतरल्या होत्या. संधिप्रकाश दाटून आला. पौर्णिमेचा चंद्र हळूहळू वर येऊ लागला. सर्वत्र शांतता पसरली आणि खालून खोऱ्यातून हू हू हू हू आवाज वर येऊ लागला. दुसऱ्या बाजूनेही असाच प्रतिसाद दिला जाऊ लागला. येथील अरण्यप्रदेशातील घुबडाच्या टापूत काहीवेळ त्यांच्या आवाजाचं द्वंद सुरू झालं. ते होते हूमा घुबड. एकमेकांना ते आपल्या परिस्थितीची जाणीव करून देत होते. यालाच गव्हाणी घुबड किंवा कोठीचे घुबड असे म्हणतात.

आकाराने हे घुबड कावळ्यापेक्षा थोडे मोठे असते.

शरीराचा वरचा भाग पिवळसर सोनेरी भुरकट असून त्यावर पांढऱ्या काळ्या रेषा असतात. खालचा भाग पांढुरका रेशमी व पिवळसर छटा असलेला असतो. त्यावर गडद-भुरक्या रंगाचे ठिपके असतात. डोक्याचा आकार मोठा वर्तुळाकार व त्यावरचा भोवताल खरखरीत व कडक पिसे असल्यामुळे टोकदार पांढुरकी कडा डोळ्यांभोवती तयार होते. त्यामुळे त्याचा डोक्याचा आकार माकडाच्या तोंडासारखा दिसतो. किंवा नारळाच्या आतील डौलासारखा दिसतो. नर-मादी सारखेच असतात. एकट्याने किंवा जोडीने मोठमोठ्या झाडांच्या ढोली, पर्वतकपारी किंवा ओसाड वास्तूंमध्ये यांचे वास्तव्य असते. ही पूर्णपणे निशाचर असून दिवसा अंधाऱ्या जागी पेंगूळलेल्या अवस्थेत परंतु ताठ बसलेल्या स्थितीत दिसतात. रात्र झाली की आवाज न करता पंखांची भरारी घेऊन अचानक प्रकट होऊन आपल्या भक्ष्यावर झडप घेतात. या घुबडाचे खाद्य उंदीर, घुशी, सरपटणारे प्राणी इ. आहे. विणीचा हंगाम निश्चित नसला तरी साधारणत: वर्षभर घरटी करतात. काड्या-काटक्या, गवत व कापडांचे तुकडे गोळा केलेले त्यांचे घरटे असते. ही घरटी वृक्षांच्या ढोलीत, कडे-कपारीत असतात. एकच घरटं ते वर्षानुवर्षे वापरतात.

चंद्र डोक्यावर येऊ लागला होता. सर्वांची जेवणं आटोपली आणि शेकोटी-भोवती बसलो. गारठा अधिकच वाढला होता. वनमजूर आदिवासी तरुणांनी ढोल, टिनकी आणि बासरीच्या तालावर ठेका धरला. शेकोटीभोवती ते नाचू लागले. आदिवासी नृत्य करू लागले. मला राहवले न गेल्याने मीही काही वेळ या आदिवासी तरुणांसोबत नृत्यात सामील झालो. मध्यरात्र उलटून गेली होती. डोळे जड झाले होते. काही वेळातच आम्ही सर्व झोपी गेलो.

उष:काल होताहोता खापरा खोऱ्यात धुकं पांघरलं गेलं. पाखरपहाटेचा रानवारा सुटला. सर्पगरुडाने एक सुंदरशी मंजूळ शीळ घातली. ती रानावर सर्वदूर पसरली. अरण्यातून रानकोंबड्याचे कुकुकुर्रकु आवाज येऊ लागले. लांब शेपटीच्या तांबट पांढऱ्या रंगाच्या टकाचोराने साजड वृक्षाच्या राखोडी पानांतून टूकरूंग टूकरूंग आवाज दिला. दिगंतरात राव्यांच्या थव्याला कंठ फुटला आणि रानपाखरांची पाखरपहाट जागी होऊ लागली. पाठोपाठ पर्वताच्या कुशीतून पूर्वेचं तांबडं फुटू लागलं. रानावर ते सर्वदूर पसरू लागलं.

खाली जवळच खापरा नदीत दोन डोह आहेत. एका डोहात पाणी पडताना पाण्याच्या प्रवाहाचा झांजीसारखा आवाज येतो, तर बाजूच्याच दुसऱ्या डोहात पाणी येताना मांजरासारखा आवाज येतो. म्हणून या परिसराला 'झांजरी-मांजरी'

असे म्हणतात. नदीतील खडकांची विशिष्ट रचना आणि त्यावरून कमीअधिक प्रमाणात वाहणारे पाणी यामुळे हा आवाज येत असावा. या डोहात बारमाही पाणी असते, असे येथील वनखात्याच्या कर्मचाऱ्याने सांगितले. नदीच्या पलीकडे हातरू वनक्षेत्रातील रेठ्याखेडा तर रायपूर वनक्षेत्रातील बोरठा जंगलक्षेत्र येते.

झांजरी-मांजरीच्या या अद्भुत अरण्यात वाघ, बिबट, अस्वल, सांबर आणि सोनकुत्र्यांचे खाडू (कळप) आहेत. तसेच हरियल, सुतार, धनेश, शिक्रा, हळद्या इ. पक्ष्यांनी हा जंगलपरिसर समृद्ध केला आहे. मला तर हा अरण्यप्रदेश मेळघाटातील दुसरं कोलकासच वाटले.

रोज सकाळी सूर्योदयाबरोबर नवीन जीवन जन्माला येते. चिरंतन नावीन्य म्हणजेच जीवन. जीवनाच्या आकर्षणाला अंत नाही. मला जीवनाचा लोभ नाही. पण ओढ आहे. चोहोकडून मला ते हाका मारते आणि त्या ऐकू आल्या म्हणजे एखाद्या वेड्याप्रमाणे सारे देहकण अरण्य नावाच्या या जीवनाकडे धावत सुटतात. झांजरी-मांजरीतील घुबडाच्या टापूप्रमाणे!

−०−०−०−

२२.
कोकिळेचं पपईगान

शिशिर माघारी फिरला होता. पानगळीमुळे बोडखी झाडं तांबड्या कोवळ्या पानांनी लदबदू लागली होती. काही हिरव्यागार पानांनी बहरली होती. त्या हिरव्या झाडोऱ्यातून झाडांना कंठ फुटू लागला होता. कोकीळ नरांच्या कुहू-कुहूचे आवाजाचे साद-प्रतिसाद ऐकू येत होते. ते होते वसंतागमनाचे. सृष्टिचक्रातील एका ऋतूच्या आगमनाचे. कोकीळ नराच्या कुहूकुहू या मंजूळ आवाजापेक्षा मला मात्र आजपर्यंत दुर्लक्षित राहिलेल्या कोकिळेच्या सौंदर्याने भूल पाडली होती. त्यासाठीच 'कोकिळेचं पपईगान' हा लेखप्रपंच.

रामप्रहरी आठ वाजताची वेळ असावी. रोजच्याप्रमाणे ऑफिसच्या लगबगीने धावपळ सुरू होती. तोच स्वयंपाक-घरातून सौ. ज्योतीने आवाज दिला. ''अहो, इकडे या लवकर.'' मीही नेहमीप्रमाणे हातचं काम टाकून तिकडे पळालो. काचाच्या खिडकीतून पलीकडे पाहण्यासाठी तिने मला खुणावले. आणि काय आश्चर्य! दहा-बारा फुटांवरच्या सहा फूट उंच भिंतीवर तीन काळे कोकीळ नर आणि आणि एक कबऱ्या पांढऱ्या रंगाची ठिपकेवाली मादी कोकीळ नरांना हुसकावून देत होती. मला एकटीलाच पोटभर खाऊ द्या असा तिचा तोरा होता. बिचारे कोकीळ नर तिला घाबरून आजूबाजूला जाऊन बसत होते. मी पटकन माझा इवलासा कॅमेरा काढला. हलकेच काच सरकवली. इवल्याशा फटीतून कोकीळ नरमादींचे छायाचित्र काढण्यासाठी तुटून पडलो. शरीराला अर्धकमानी आकार देऊन कसरत करून छायाचित्र मिळवू लागलो. एवढी चांगली संधी प्राप्त झाल्यामुळे मला

वेळेचंही भान राहिले नाही. आजपर्यंत कोकीळ नरच त्यांच्या आवाजामुळे ओळखल्या जात. मी मात्र कोकिळेच्या सौंदर्याने वेडा झालो होतो. पुढील काही दिवस त्यांच्या निरीक्षणातून लिहिण्याचे ठरविले.

पौष महिना शेवटच्या चरणात होता. बोचरा वारा आणि थंडीचा जोर कायमच होता. शिशिराची पानगळ सुरू झाली होती. भल्या पहाटे पाखरांच्या मंजूळ गायनाने रोज झोपेतून उठणारा मी आता कोकीळ पक्ष्यांच्या कलरवाची वाट पाहत होतो. घराच्या पश्चिमेकडे असलेल्या स्वयंपाकगृहाच्या खिडकीनंतर हातभर अंतरावर एक पपईचं झाड आहे. त्याला हिरव्या, पिवळ्या पपया लगडल्या आहेत. यांतील एखादी पिकलेली पपई किंवा नसेल तर बाजारातून आणून भिंतीवर ठेवण्याचा आमचा दोघांचाही उद्योग सुरू होता. सकाळी तीन तास आणि संध्याकाळी एखादा तास माझं निरीक्षण आणि छायाचित्र घेण्याचा उद्योग सुरूच होता. स्वयंपाकाच्या ओट्यावर जेवणाच्या भांड्यांऐवजी कॅमेऱ्याची बॅग, टिपण वही इ. साहित्याने जागा घेतली. सुट्टीच्या दिवशी सकाळपासून सूर्यास्तापर्यंत माझा एककलमी कार्यक्रम सुरू झाला.

माझ्या अमरावतीचा हा जवाहरनगरचा परिसर. जवळजवळ शहराच्या काठावरचा भाग. त्यामुळं माणसांबरोबर येथे पाखरांचीही संख्या बऱ्याच प्रमाणात आहे. कारण जांभूळ, आंबा, पेरू, बाभूळ, बहावा, आवळा इ. चे थोडीथोडकी झाडं या माझ्या निवासाच्या परिसरात आहेत. त्यामुळे कोकीळ, कोतवाल, भारद्वाज, बुलबुल, मैना, धोबी, सुभग, मुनिया सूर्यपक्षी, वटवट्या, टिटवी, चिमण्या, कावळे इ. पक्ष्यांचा सहवास मला लाभतो. त्यांच्यामुळे माझ्या श्रीमंतीचा थाट काही औरच आहे. घर, अंगण कसं गोकुळासारखं भरलेलं असतं.

एक दिवस पहाटे कोकीळ पक्ष्यांचा नेहमीपेक्षा जास्त किलबिलाट सुरू झाला. पाहतो तो भिंतीवरची पपई खाण्यासाठी कोकिळा नर-मादी आणि इतर पक्षी यांच्यात भांडण सुरू होते. कबऱ्या रंगाची, पांढऱ्या ठिपक्यांची मादी पपई चोचीत घेता घेता पंख फडफडवून तीन-चार काळ्या रंगाच्या त्यावर निळसर झाक असलेल्या नरांवर धावून जायची. बिचारे नर माघार घेऊन इकडे तिकडे जाऊन बसायचे. तिचं पोट भरण्याची वाट बघायचे. मला मात्र कोकिळेच्या निरीक्षणाची-तिच्या सौंदर्याची भुरळ पडली होती. वरून रंगाने करडी. त्यावर साबुदाण्याएवढे पांढरे ठिपके, डोळे तांबडे भुरके. वरच्या चोचीवर कपाळाजवळ दोन्ही बाजूंनी दोन श्वास घेण्यासाठी भोकं, हनुवटीखालून पोट ते शेपटीपर्यंत

आणि पुढे पायाच्या गुडघ्यापर्यंत हलकासा करडा-पांढरा रंग, त्यावर पसरट आडवे काळे पट्टे. गुडघ्यानंतर खाली बोटापर्यंत राखाडी रंग, त्यावर नखांपर्यंत काळे निळे रिंग. एका पायाला चार बोटं. त्याला आकोड्यासारखी नखं. पायातील रिंगांमुळे ती एखाद्या नर्तकीसारखी वाटत होती. जणू काही स्वर्गातील एखादी अप्सरा तेथे उतरल्यासारखे मला वाटत होते. आजपर्यंत कुहूकुहूच्या मंजूळ आवाजामुळे केवळ काळ्या नर कोकीळ पक्ष्याचीच स्तुती ऐकण्यात, वाचनात आणि अनुभवास मिळाली होती. किऽऽ किऽऽ किरकिट अशा कर्कश आवाजामुळे कोकिळेकडे साहित्यात फारसं लक्ष दिल्या गेल्याचं मला आढळलं नाही. कदाचित माझं ते अज्ञानही असू शकतं. मात्र ती तशी दुर्लक्षित अप्सराच आहे. मला मात्र कोकिळेच्या सौंदर्याचा हेवा वाटत होता. भिंतींच्या पलीकडून पाऊलवाट आहे. एखादा वाटसरू येताना दिसला की कोकीळ पक्षी तेथून उडून जायचे. मादीही उडून जायची. वाटसरू गेला की नर कोकीळ येऊन बसायचे. रंगाने संपूर्ण काळा रंग. त्यावर हलकीशी निळसर झाक. गुंजेसारखे तांबडे लालभडक टपोरे डोळे. एखाद्या काळ्या पर्वतात ज्वालामुखी जागृत व्हावा असे वाटतात. केवळ चोच तेवढी हिरवट-राखट रंगाची. हनुवटीखाली किंचितसा पांढरा रंग, पाय गुडघ्यापर्यंत झाकलेले. त्याखाली हिरवट छटा पायाच्या चारही बोटांपर्यंत पसरलेली. पायांच्या पंज्यात समोर दोन जवळजवळ लहान बोट. मागे जास्त अंतरावर दोन मोठी बोटं. त्यामुळे काळी बाकदार नखं. असं ते कोकीळ नराचं सौंदर्य आहे.

मादी पपई खाताना नर किंवा इतर कुठल्याही पक्ष्यांना जवळ येऊ देत नव्हती. मात्र नर कोकीळ बुलबुल, मैना इ. पक्ष्यांना जवळ येऊ देऊन पपई खाऊ देत होता. कधी कधी मूठभर शिल्लक राहिलेल्या पिकलेल्या पपईवर कोकीळ नर आणि इतर लहान पक्षी एकाच वेळी चोचीने आपापला हिस्सा घ्यायचे. तसेही पक्षिजीवनात संयम हा गुण क्षणोक्षणी दिसून येतो. मादीमध्ये केवळ आपलीच बिजं अंकुरावी यासाठी मात्र नरांना आटापिटा असतो. निसर्गनियमाप्रमाणे ते आवश्यकही असतं. यासाठी कधी कधी पशुपक्ष्यांच्या नरांमध्ये भांडणं होतात. लढाया होतात. वेळप्रसंगी एखाद्याचा जीवही जातो; जसा कळपाच्या नायकासाठी नरांमध्ये सत्तासंघर्ष होतो. मात्र निसर्गनियमाप्रमाणे काळपरत्वे हे नायकत्व बदलत असते. शेवटी सृष्टीच्या रचनेमध्ये मादी ही पूर्णरूपी असून नर अर्धनटेश्वर आहे हे मान्य करायलाच हवं. जसा स्त्रीशिवाय माणूस अपूर्ण आहे.

हंसदेवविरचित मृगपक्षिशास्त्र या ग्रंथात एकूण चार प्रकारचे कोकीळ

असल्याचा उल्लेख केला आहे. सर्वांगसुंदर, शेपूट लांब, डोके विशाल, चंचल नेत्र, पोट बहुधा सुटलेले असते. कोमल पल्लव खाणारे, आमादी वृक्षांवर राहणारे, वसंत ऋतूत पूर्ण आनंदी दिसतात. ते सूक्ष्म बुद्धीचे असतात. पुढील श्लोकात त्याचे वर्णन केले आहे.

मनुष्यावासलोलाश्च कोपमोहदिवार्जिता:
छायावासैकिरिनता: संप्राप्तशुभगंधका:
हर्षेणोत्फुल्लनेत्राश्च सर्वपक्षिहिते रता:

(अर्थात, ते नेहमी माद्यांच्या मागेपुढे असतात. राग व मोह नसलेले मनुष्यवस्तीला आशाळलेले असतात. सावलीत राहणारे-शरीर सुगंधी, नेत्र आनंदभरीत आणि सर्वपक्षिहित करणारे असतात.)

कोकीळ पक्षी कधी घरटी बनवत नाही. म्हणून त्यांना परभृत असे म्हणतात. ज्या भागात कावळ्यांची घरटी जास्त अशा भागात कोकीळ पक्षीही आपला अधिवास निवडतात. कारण त्यांना कावळ्याच्या घरट्यात आपली अंडी ठेवावयाची असतात. वसंत आणि ग्रीष्म ऋतूत जेव्हा कोकीळ मादीला अंडे द्यावयाचे असते त्या वेळी पक्षिजीवनातील एक महानाट्य पाहायला मिळते. कोकीळ नर कावळ्याच्या अंडी असलेल्या घरट्याजवळ जाऊन दोघांनाही हुसकावून लावतात. कावळा नर-मादी दोघेही कोकीळ नराचा पाठलाग करतात. नेमकी हीच संधी साधून कोकीळ मादी त्या घरट्यात जाते. त्यात असलेली कावळ्याची अंडी खाली फेकून देते, आणि आपली अंडी तेथे ठेवून देते. तेथून निघून जाते. परत कधी त्या घरट्याकडे ढुंकूनही पाहत नाही. कावळा नर-मादी परत आपल्या घरट्याजवळ येतात. कोकिळा आणि कावळ्याची दोघांचीही अंडी जवळपास सारख्याच आकाराची असतात. हिरवट रंगाची गोल असतात. अंडी उबवण्यापासून ते त्यांचं रक्षण करणे, त्यांना अन्न भरविणे इत्यादी कामे कावळा नर-मादी आळीपाळीने करत असतात. आपलीच पिल्लं समजून त्यांचं संगोपन करतात. मायबापांची संपूर्ण भूमिका ते वठवितात. पिल्लांच्या पंखात बळ आलं की कोकिळेची पिल्लं उडून जातात. कावळा नर-मादींचे हे कार्य केवढे महान आहे, किती पवित्र आहे. मानवाला त्यांच्याकडून शिकण्याजोगा हा गुण मोलाचा आहे. देवकीच्या पोटी कृष्ण जन्मला आणि पुढे यशोदेनं तो वाढविला. महाभारतात घडलेला हा प्रसंग पक्षिजगतात कावळा नरमादींकडून होताना दिसतो. केवढे आश्चर्य! तसेही महाभारतात कावळा पक्ष्याचा पूर्णपक्षी म्हणून उल्लेख आहे. तो त्यांनी सार्थ

ठरवला आहे. मात्र कोकीळ पक्षी या कावळ्यांना उल्लू बनवितात. हा एक निसर्ग संतुलनाचा भाग असावा. निसर्गानेच केलेली ही व्यवस्था असावी. कदाचित कावळ्यांच्या संख्येवर नियंत्रण ठेवण्यासाठी.

तीस-चाळीस वर्षांपूर्वी व्रतवैकल्याचे प्रमाण भारतात जास्त पाहायला मिळायचे. लहानपणी मी ते अनुभवले आहे. आईने, पत्नीने दर अठरा वर्षांनंतर येणारे कोकिळाव्रत केल्याचे मी पाहिले आहे. त्या वेळी या काळात कोकिळाव्रताच्या नावाने पूजा अर्चा करायचे. त्यांचा आवाज ऐकल्याशिवाय भाविक महिला अन्न ग्रहण करीत नसायच्या. यामागे कोकीळ पक्ष्याला वाचविण्यासाठी हे कोकिळा व्रत महत्त्वपूर्ण भूमिका पार पाडत असावे. आतापर्यंत माझ्या आयुष्यात असे प्रसंग दोनदा आले आहेत. अलीकडे मात्र सण, उत्सव, व्रतवैकल्य याचे प्रमाण हळूहळू कमी कमी होताना दिसते. हासुद्धा काळाचा महिमा असावा. असे वाटते.

ध्यानसाधनेसाठी जागा कशी असावी याचा उल्लेख ज्ञानेश्वरीमध्ये सहाव्या अध्यायात केला आहे. तो पुढीलप्रमाणे-

बहुत करुनि नि:शब्द । दाट न रिमे श्वापद ।
शुक हन षटपद । तेडते नाही ।।
पाणिलगे हंसे दोनी । चारे सारसे कवणे ।
एके वेळे बैसे । कोकिळही हो ।।
निरंतर नाही तरि । आलीं गेलीं काही ।
होतु कां मयुरेंही आम्ही । ना न म्हणो।।

(अर्थ - तेथे बहुत करून गडबड नसावी. श्वापदांची गर्दी नसावी. त्या ठिकाणी बदके, हंस दोनचार सारस पक्षी तसेच एखादे वेळेस कोकीळ येऊन बसला तरी चालेल. नेहमी नव्हेत. पण येऊन जाऊन मोर असले तरी आम्ही त्यांना नको म्हणणार नाही.)

कोकीळ आणि कावळा हे दोन्ही पक्षी माणसांच्या आसपास राहतात. झाडांचा ऱ्हास होत चालला. पूर्वी घरात शिल्लक राहिलेले उष्टे अन्न फेकून देण्याची पद्धत होती. अलीकडे सिमेंट काँक्रीटचे जंगल आणि ड्रेनेज पद्धत यांमुळे पक्ष्यांना घराघरांतून मिळणारे अन्न बंद झाले. अन्नाच्या शोधात ते दुसरीकडे गावाच्या बाहेर जाऊ लागले.

वाघ अरण्याच्या अन्नसाखळीत प्रमुख ठिकाणी असल्याने तो जंगलातील

तृणवर्गीय प्राण्यांवर संतुलन ठेवतो. वाघामुळे जंगल आणि जंगलामुळे वाघ सुरक्षित राहतो. तसा काहीसा कावळा आणि कोकीळ पक्ष्यांच्या संतुलनासाठी निसर्गाने केलेली ही व्यवस्था असावी. कोकीळ पक्ष्यांत घरटी बनविणे, पिल्लांचे संगोपन करणे इ. बाबींचे कार्य करणारे जनुकच नसावे काय? हा संशोधनाचा विषय आहे. शेवटी निसर्गच निसर्गाचे संतुलन ठेवतो. मानव मात्र ते बिघडवत असतो.

वसंताचं आगमन होताच काळा कोकीळ नर कुहूकुहूच्या ताना देतो. पलीकडून त्यास कोकिळेचा प्रतिसाद मिळताच तो मादी असलेल्या झाडावर जातो. अंगाला क्षणोक्षणी झटके देतो. त्याचा हा सर्व प्रयत्न असतो कोकिळेशी समागमासाठी. नव्हे, कोकिळेच्या पोटात आपला वंश वाढविण्यासाठी. मला वाटतं या सजीव सृष्टीत प्रत्येक नराचा वंशवेल वाढविण्यासाठीच हा प्रयत्न असतो. तिच्याशिवाय हे जगणे, हा जन्म एक अर्धसत्य असते.

पक्षी अभ्यासकांच्या निरीक्षणानुसार कोकीळ कुळात एकूण १२७ प्रकारच्या पक्ष्यांपैकी ५० जाती इतर पक्ष्यांकरवी आपली अंडी उबवतात. पिल्लांचे संगोपन करतात. उरलेल्या ७७ जाती आपली अंडी, आपले घरटं बनवून त्यात उबवतात. जवळपास शंभर प्रकारचे पक्षी कोकिळेची अंडी उबवतात. उदा; कावळा, डोमकावळा, सातभाई, रानभाई, वटवट्या सुभग, शिंजीर, शिंपी इ.

–०–०–०–

लेखक परिचय

नाव	:	प्रदीप सुखदेवराव हिरुरकर
जन्मतारीख	:	१७ मार्च, १९६२
पत्ता	:	रानभूल, गल्ली क्र.४, जवाहर नगर, अमरावती –४४४ ६०४ दूरध्वनी क्र. २५३११०२, भ्र. ध्व. ९८२२६३९७९८
नोकरी	:	स्वीय सहायक, विभागीय माहिती कार्यालय, अमरावती. दूरध्वनी क्र. : २५५१४९९
छंद	:	२५ वर्षांपासून अरण्यभटकंती करून वन्यजिवांचे निरीक्षण व त्यावर आधारित अरण्यलेख दै. महाराष्ट्र टाइम्स, दै. लोकसत्ता, लोकप्रभा, दै. लोकमत, दै. तरुण भारत, दै. हिंदुस्थान, दै. सकाळ, दै. जनमाध्यम इ. वृत्तपत्रांत प्रकाशित होत असतात.
प्रकाशित पुस्तके	:	वन, वन्यजीवन आणि पर्यावरणावर आधारित १. अरण्य ओढ (जून २००५ मध्ये प्रकाशित) २. भुलनवेल (२२ सप्टेंबर २००७ रोजी प्रकाशित) ३. पक्षिमेळा (५ जून २००९ पर्यावरणदिनी प्रकाशित)
प्रकाशनाच्या वाटेवर	:	१. बांधवगडचा शिकारी, २. रानवेड
संशोधन कार्य	:	सातपुडा पर्वतराजीत तापीच्या खोऱ्यात अश्मयुगीन चित्रगुहांचा (१५ ते २० हजार वर्षांपूर्वीच्या) Hope च्या चमूसोबत शोध * जानेवारी, २००७ मध्ये प्रथमशोध * आतापर्यंत अशा ३० चित्रगुहांचा शोध

* रॉक आर्ट सोसायटी ऑफ इंडियाच्या पुराकला २००७ च्या जरनलमध्ये शोधप्रबंध प्रसिद्ध. केरळमधील सुलतान बथेरी येथे २००७ मध्ये आणि भोपाळ येथे रॉक आर्ट सोसायटी ऑफ इंडियातर्फे आयोजित आंतरराष्ट्रीय परिषदेस उपस्थित. (RISI, ASI)

* **'भुलनवेल'** या रहस्यमय वेलीचा मेळघाटात २००९ मध्ये शोध.

पुरस्कार	: १९९३–९४ चा राज्य शासनाचा विकास वार्ता पुरस्कार * जुलै २००६ मध्ये मा. मुख्यमंत्री यांच्या हस्ते विशेष कामगिरीबाबत गौरव, प्रशस्ति पत्र व सत्कार.
कार्य	: * वन, वन्यजीवन आणि पर्यावरण या विषयावर शाळा, महाविद्यालयांमध्ये व्याख्याने. * पर्यावरणरक्षणासाठी काम करणाऱ्या संस्थांना मार्गदर्शन * दूरदर्शनवरील विविध चॅनलवर मुलाखती प्रसारित. * जगप्रसिद्ध चित्रगुहा असलेल्या भीमबेटका (मध्य–प्रदेश) येथे ऑक्टोबर २००८ मध्ये भेट (चमूसह)
भ्रमंती	: सायलेन्ट व्हॅली, कान्हा, बांधवगड, पेन्च, मेळघाट, पैनगंगा अभयारण्य, वायनाड अभयारण्य (केरळ)
ई–मेल पत्ता	: 1) bhulanvel@rediffmail.com 2) paddiamt@gmail.com
वेब	: picasaweb.google.com/boganwel

www.ingramcontent.com/pod-product-compliance
Lightning Source LLC
LaVergne TN
LVHW090002230825
819400LV00031B/500